TIẾNG HOA THỰC DỤNG (SƠ CẤP)

實用生活華語不打烊

（初級篇）
越南語版

Dương Tú Huệ 楊琇惠——著 biên soạn
Trần Thụy Tường Vân 陳瑞祥雲——譯 biên dịch

五南圖書出版公司 印行

序

在耕耘華語教材十二年之後的今天，終於有機會跨出英文版本，開始出版越語、泰語及印尼語三種新版本，以服務不同語系的學習者。此刻的心情，真是雀躍而歡欣，感覺努力終於有了些成果。

這次之所以能同時出版三個東南亞語系的版本，除了要感謝夏淑賢主任（泰語）、李良珊老師（印尼語）及陳瑞祥雲老師（越南語）的翻譯外，最主要的，還是要感謝五南圖書出版社！五南帶著社企的精神，一心想要回饋社會，想要為臺灣做點事，所以才能促成此次的出版。五南的楊榮川董事長因為心疼許多嫁到臺灣的新住民朋友，因為對臺灣語言、文化的不熟悉，導致適應困難，甚至自我封閉。有鑑於此，便思考當如何才能幫助來到寶島和我們一起生活，一起養兒育女的新住民，讓他們能早日融入這個地方，安心地在這裏生活，自在地與臺灣人溝通，甚至教導下一代關於中華文化的種種，思索再三，還是覺得必需從語言文化下手，是以不計成本地開闢了這個書系。

回想半年前，當五南的黃惠娟副總編跟筆者傳達這個消息時，內心實在是既興奮又激動，開心之餘，感覺有股暖流在心裏盪漾。是以當下，筆者便和副總編一同挑選了五本適合新住民的華語書籍，當中除了有基礎會話，中級會話的教學外，還有些著名的中國寓言，及實用有趣的成語專書，可以說從最基礎到高級都含括了。希望新住民朋友能夠透過這個書系，來增進華語聽、說、讀、寫的能力，讓自己能順利地與中華文化接軌。

這是個充滿愛與關懷的書系，希望新住民朋友能感受到五南的用心，以及臺灣人的熱情。在研習這套書後，衷心期盼新住民朋友能和我們一起愛上這個寶島，一同在這個島上築夢，並創造屬於自己的未來。

楊琇惠

民國一○五年十一月十九日

於林口臺北新境

Sau mười hai năm theo đuổi công việc biên soạn giáo trình tiếng Hoa, cuối cùng đã có cơ hội thực hiện phiên bản khác ngoài tiếng Anh, như tiếng Việt, tiếng Thái, tiếng Indonesia, để phục vụ những học sinh với những ngôn ngữ mẹ đẻ khác nhau. Tâm trạng của tôi lúc này, thực sự rất vui mừng phấn khởi, cảm giác những nỗ lực vừa qua đã có chút thành tựu rồi.

Để có thể đồng thời xuất bản ba phiên bản ngôn ngữ khác nhau, ngoài việc cảm ơn chủ nhiệm Hạ Thục Hiền (tiếng Thái), cô Lý Lương San (tiếng Indo) và cô Trần Thụy Tường Vân (tiếng Việt) hỗ trợ dịch thuật, quan trọng nhất, chính là cảm ơn nhà xuất bản Wunan! Wunan với tinh thần doanh nghiệp xã hội, luôn muốn đóng góp cho xã hội, muốn làm một điều gì đó cho Đài Loan, nên bộ sách này mới có thể xuất bản được. Chủ tịch Wunan, ông Dương Vinh Xuyên nhận thấy nhiều cư dân mới khi đến Đài Loan sinh sống, vì không hiểu rõ ngôn ngữ, văn hóa Đài Loan nên đã không thể thích nghi được, thậm chí đã tự co mình lại, không dám tiếp xúc với thế giới bên ngoài. Chính vì thế, ông đã trăn trở làm sao để giúp họ có thể nhanh chóng hòa nhập vào nơi này, có thể yên tâm sinh sống, thoải mái giao tiếp với mọi người, thậm chí còn có thể dạy thế hệ tiếp theo văn hóa Trung Hoa, suy đi tính lại, ông cảm thấy cần phải bắt đầu từ ngôn ngữ và văn hóa, bất kể chi phí như thế nào cũng phải phát triển bộ sách này.

Nhớ lại sáu tháng trước, khi phó tổng biên tập Hoàng Huệ Quyên đến thông báo tin này cho tôi, tôi cảm thấy thật xúc động và phấn khởi, ngoài cảm giác vui mừng, trong lòng còn có một cảm giác rất ấm áp. Lúc đó, tôi cùng phó tổng biên tập đã chọn ra 5 quyển sách phù hợp với những cư dân mới, bao gồm đàm thoại cơ bản, đàm thoại trung cấp, còn có ngụ ngôn, thành ngữ, có thể nói bộ sách đã bao gồm từ cơ bản đến cao cấp. Hi vọng các bạn có thể thông qua bộ sách này phát triển kỹ năng nghe, nói, đọc và viết, giúp bản thân thuận lợi hội nhập với nền văn hóa Trung Hoa.

Đây là bộ sách đầy tình thương và sự quan tâm, hi vọng các bạn có thể cảm nhận được sự chân thành của nhà xuất bản Wunan, cũng như sự nhiệt tình của người Đài Loan. Sau khi đọc bộ sách này, rất mong các bạn có thể cùng chúng tôi yêu quý hòn đảo này, cùng nhau xây dựng ước mơ, vun đắp tương lai nơi đây.

Dương Tú Huệ

19/11/2016, tại Đài Bắc

　　本書乃是《華語教學》系列之一，專為學習華語一到兩年的外籍人士所設計的。隨書附贈華語聽力練習光碟，所以不論是作為課堂的授課用書，或是自學教材，都非常適合。

　　本書特色：

1. 本書不論是在內容或是編排設計上，都做了相當程度的突破與創新。各式各樣的學習單元，包括對話、文法等，希望能讓學生有更多元的學習。

2. 課後練習題目：為了讓學生能夠活用學習的內容，其後又編寫了各種練習活動，有的練習要學生動口說，有的要學生動手寫，還有要學生彼此交互合作來完成的活動單元。這個練習兼動腦的部分，我們稱之為「換我試試看」。

3. 全彩活潑的編排：為了讓學生在學習的過程中感到新奇有趣，我們穿插了大量插畫及照片；希望能藉由賞心悅目的畫面來增添學生學習時的舒適感。我們期望能讓學習華語成為一件心曠神怡的美事，而不是呆板沉悶的苦差事。

Quyển sách này nằm trong hệ thống giáo trình tiếng Hoa, thiết kế riêng cho học viên nước ngoài trình độ tiếng Hoa sơ cấp. Sách đính kèm CD luyện nghe, nên giáo trình này dùng để học trên lớp hay tự học tại nhà đều rất thích hợp.

Đặc sắc:

1. Nội dung và cách trình bày đều mang tính đột phá và sáng tạo. Với nhiều chủ đề đa dạng, mỗi bài gồm bài hội thoại, ngữ pháp, bài tập… giúp học viên tiếp thu nhanh hơn, hiệu quả hơn.

2. Bài tập sau giờ học: Để học viên có thể sử dụng tốt nội dung vừa học, ở mỗi bài đều kèm theo nhiều bài tập thực hành, có bài tập giúp học sinh luyện kỹ năng nói, có bài tập giúp học sinh luyện viết chữ, cũng có bài tập cần học sinh hợp tác giúp đỡ nhau hoàn thành. Phần bài tập này kết hợp với luyện tập trí não, nên chúng tôi gọi nó là "Đến lượt bạn."

Thiết kế màu sắc sống động: Để giúp học viên trong quá trình học cảm thấy tươi mới, thú vị, chúng tôi đã xen kẽ rất nhiều hình minh họa và tranh ảnh, hy vọng có thể giúp học viên cảm thấy thoải mái hơn khi học tập. Chúng tôi hy vọng rằng, việc học tiếng Hoa là một điều vui vẻ hạnh phúc, chứ không phải một việc làm khô cứng nhàm chán.

目 錄
Mục lục

人物介紹 *Giới thiệu nhân vật*

1 Claire White　白愷俐 (Bai Kaili)

Claire White là một cô gái dễ thương đến từ Vancouver, Canada. Là một cô gái thuộc cung Bạch Dương, Claire rất lạc quan và luôn thích tìm tòi những điều mới mẻ. Cô vừa tốt nghiệp đại học, chuyên ngành âm nhạc. Cô đến Đài Loan để học tiếng Hoa, và để giúp bản thân có cách nhìn khác về mọi thứ. Cô vừa tròn 22 tuổi.

2 Joshua Chamberlain　張志學 (Zhang Zhixue)

Joshua Chamberlain (Trương Chí Học) là bạn thân của Claire trong lớp học tiếng Hoa. Anh ấy là một thanh niên trẻ đến từ Los Angeles, Mỹ. Anh là người thẳng thắn, thích phiêu lưu mạo hiểm, am hiểu nhiều điều. Anh có một tâm hồn đơn giản và ít khi nghĩ quá nhiều; anh luôn sẵn sàng làm điều gì đó và không bao giờ do dự. Anh đã theo học ngành Hóa Sinh trong hai năm ở Sydney, Úc, và tại đây anh đã quen được rất nhiều bạn bè đến từ Đài Loan. Anh đã quyết định tìm hiểu thêm về Đài Loan nên đã đến đây học tiếng Hoa. Anh yêu Claire, mặc dù anh nhỏ hơn cô một tuổi.

3 William Smith　陳偉立 (Chen Weili)

William Smith là một nhà thiết kế, làm việc cho một công ty quảng cáo xuyên lục địa từ San Francisco, Mỹ. Anh ấy 33 tuổi, đã lập gia đình, anh đến Đài Loan để sống với vợ, Lin Anhui 林安惠, và gia đình cô. Họ gặp nhau khi Anhui học thiết kế ở California. William là người siêng năng trong công việc, thích cuộc sống yên bình bên gia đình. Với Claire và Joshua, William luôn là người anh lớn khi họ cần lời khuyên trong cuộc sống.

4 Fatoumate Jammeh　賈法杜 (Jia Fadu)

Fatoumate Jammeh là một cô gái 19 tuổi, thông minh, đến từ Banjul, Gambia. Cô giành được học bổng đến Đài Loan du học ngành y tại trường Đại học Quốc gia Đài Loan. Các thành viên trong gia đình cô đã đến những quốc gia khác trên thế giới làm việc và học tập. Ước mơ lớn nhất của cô là có thể xây bệnh viện ở vùng nông thôn của Gambia để chữa bệnh cho đồng bào của mình.

5 Kim Higyeong　金希京 (Jin Xijing)

Kim Higyeong đến từ Seoul, Hàn Quốc. Cô đến Đài Loan để học thạc sĩ khoa Chính trị. Cô ấy đang làm việc tạm thời cho một công ty Hàn Quốc. Cô rất quan tâm đến ngoại giao, chính trị và khoa học xã hội, và dĩ nhiên, cô cũng muốn tìm một người bạn trai tốt ở Đài Loan.

6 Gao Lishan　高立山

Gao Lishan là một sinh viên đại học người Đài Loan. Anh học về khoa học máy tính và là một lập trình viên bán thời gian. Anh đang thuê một căn hộ trong tòa nhà nơi Claire sống, và là bạn trao đổi ngôn ngữ với Joshua.

7 Fan Huimei　范惠美

Fan Huimei là bạn tốt của Lishan, cô học về lịch sử tại trường đại học nơi Lishan đang theo học. Cô ấy cũng một trong những người hàng xóm của Claire.

第一課 早安！您好！
dì yī kè zǎoān nínhǎo

 ● 對話一 *Hội thoại 1*
duìhuà yī

(Trên đường.)

¹鄰居：²小姐，³早安！
línjū xiǎojiě zǎoān

⁴愷俐：⁵先生，早安！⁶你好嗎？
kǎilì xiānshēng zǎoān nǐhǎo ma

鄰居：我⁷很⁸好，⁹你¹⁰呢？
línjū wǒ hěn hǎo nǐ ne

愷俐：我¹¹也很好，¹²謝謝！
kǎilì wǒ yě hěn hǎo xièxie

鄰居：¹³再見！
línjū zàijiàn

愷俐：再見！
kǎilì zàijiàn

 ● 生詞 *Từ vựng*
shēngcí

1 鄰居 hàng xóm
2 小姐 cô, chị, …
3 早安 chào buổi sáng
4 愷俐 tên tiếng Hoa của Claire, một cô gái người Canada
5 先生 ông, ngài, …
6 你好嗎？ bạn khỏe không?
7 很 rất
8 好 tốt, khỏe
9 你 bạn, anh, chị…
10 呢 trợ từ, dùng ở cuối câu hỏi
11 也 cũng
12 謝謝 cảm ơn
13 再見 bye, tạm biệt

● 對話二 *Hội thoại 2*
　　duìhuà　èr

(Trong Trung tâm tiếng Hoa Hanlai.)

14 老師：小姐，15 您好！
lǎoshī　xiǎojiě　nínhǎo

愷俐：先生，您好！您 16 是老師嗎？
kǎilì　xiānshēng　nínhǎo　nín shì lǎoshī ma

老師：我是老師。
lǎoshī　wǒ shì lǎoshī

愷俐：老師好！
kǎilì　lǎoshī hǎo

老師：你好，你是 17 學生 嗎？
lǎoshī　nǐhǎo　nǐ shì xuéshēng ma

愷俐：我是 學生。18 他也是 學生 嗎？
kǎilì　wǒ shì xuéshēng　tā yě shì xuéshēng ma

老師：他 19 不是 學生，他也是老師。
lǎoshī　tā bú shì xuéshēng　tā yě shì lǎoshī

愷俐：謝謝老師！
kǎilì　xièxie lǎoshī

老師：20 不客氣！
lǎoshī　bú kèqì

愷俐：再見！
kǎilì　zàijiàn

老師：再見！
lǎoshī　zàijiàn

● 生詞 *Từ vựng*
shēngcí

14	老師	giáo viên (thầy giáo, cô giáo)
15	您好	xin chào ngài! (lời chào lịch sự)
16	是	là
17	學生	học sinh
18	他	anh ấy
19	不	không
20	不客氣！	không có chi, đừng khách sáo

文法 Ngữ pháp
wénfǎ

1. Trong tiếng Trung, động từ vẫn giữ nguyên, không phụ thuộc vào sự thay đổi của nhân xưng hay số lượng. Như động từ 是 (shì), nghĩa là "là". Ví dụ: Tôi là giáo viên 我是老師. Thứ tự từ đa phần giống với thứ tự từ trong tiếng Việt. 不 (bù), mang nghĩa phủ định, thường đặt trước động từ, tính từ để phủ định động tác, trạng thái.

Số	Người	Đại từ nhân xưng	Từ phủ định	Danh từ
Số ít	ngôi thứ 1 ngôi thứ 2 ngôi thứ 3	我 你 他／她	（不）是	老師 lǎo shī
Số nhiều	ngôi thứ 1 ngôi thứ 2 ngôi thứ 3	我們 你們 他／她們		學生 xuéshēng

🍎 們 (men) đứng sau đại từ nhân xưng, biểu thị số nhiều.

2. Trong tiếng Trung, tính từ ở câu khẳng định thường kèm theo một trạng từ. Khi không kèm theo trạng từ, 很 (hěn) sẽ dùng trước tính từ. Mặc dù 很 (hěn) được dịch là "rất", nhưng khi được dùng trước tính từ thì nó thường không có ý nghĩa gì.

Chủ ngữ	Trạng từ	Tính từ
我		好hǎo
你	很	高gāo (tall)
他／她		忙máng (busy) bận
我們		累lèi (tired) mệt

3. 也 (yě), một trạng từ, có nghĩa tương tự như "cũng" trong tiếng Việt.

Ví dụ:

他也是學生。　Anh ấy cũng là sinh viên.
tā　yě shì xuéshēng

我也很好。　Tôi cũng khỏe.
wǒ yě hěn hǎo

4. Trong câu nghi vấn, từ 嗎 (ma) được gắn vào cuối câu, có nghĩa như từ "không?, phải không?" trong tiếng Việt.

Ví dụ:

你好嗎？　Bạn khỏe không?
nǐhǎo　ma

你是 學生 嗎？　Bạn là sinh viên phải không?
nǐ shì xuéshēng　ma

5. Nếu nội dung câu hỏi đã rõ, từ 呢 (ne) thường được dùng sau danh từ hoặc đại từ để tạo thành một câu hỏi "Còn (đại từ)?", lúc này vị ngữ trong câu hỏi có thể lược bỏ.

Ví dụ:

A:你好嗎？
　nǐhǎo ma

B:我很好，他呢？　Tôi rất khỏe, còn anh ấy?
　wǒ hěn hǎo　　tā ne

A:你是 學生 嗎？
　nǐ shì xuéshēng ma

B:不，我是老師。你呢？　Không, tôi là giáo viên. Còn anh?
　bù　　wǒ shì lǎoshī　　nǐ ne

BÀI **1** 第1課 第2課 第3課 第4課 第5課 第6課 第7課 第8課 第9課 第10課 第11課 第1

● 換你試試看 *Đến lượt bạn!*
huàn nǐ   shìshìkàn

Thử thách 1

Chọn phiên âm đúng.

1. (　　) 小　　A. jiǎo　　B. xiǎo　　C. qiǎo

2. (　　) 早　　A. sǎo　　B. zǎo　　C. zǎ

3. (　　) 安　　A. ān　　B. āng　　C. gān

4. (　　) 您　　A. nǐ　　B. níng　　C. nín

5. (　　) 好　　A. hǎo　　B. kǎo　　C. hǒu

6. (　　) 學　　A. xué　　B. jué　　C. xuè

Thử thách 2

Nối câu dịch đúng nghĩa

A. Chào buổi sáng. Bạn khỏe không?

B. Tôi khỏe, cảm ơn. Còn anh?

C. Không, tôi không phải là giáo viên.

D. Anh ấy cũng là sinh viên.

E. Bạn là sinh viên phải không?

a. 我很好，謝謝。你呢？
   wǒ hěn hǎo， xièxie.　 nǐ ne?

b. 他也是 學生。
   tā yě shì xuéshēng.

c. 我不是老師。
   wǒ bú shì lǎoshī.

d. 早安。你好嗎？
   zǎo ān.　 nǐ hǎo ma?

e. 你是 學生 嗎？
   nǐ shì xuéshēng ma?

Thử thách 3

Bạn gặp một người trong trung tâm tiếng Hoa. Hãy chào hỏi anh ấy và hỏi anh ấy có phải là sinh viên không. (Viết câu trả lời bằng chữ Hoa và phiên âm.)

Thử thách 4

Dùng từ cho sẵn đặt câu theo mẫu "我 很 (tính từ)" và viết lại phiên âm.

Ví dụ: 高→我很高。 Wǒ hěn gāo.

1. 累→

- -

2. 忙→

- -

3. 好→

Thử thách 5

I. Điền vào chỗ trống với 嗎 hoặc 呢.

A: 你好_____?
　　nǐhǎo

B: 我 很 好。你_____?
　　wǒ hěn hǎo　nǐ

A: 我是老師，你也是老師_____?
　　wǒ shì lǎoshī　　nǐ yě shì lǎoshī

B: 我也是老師。
　　wǒ yě shì　lǎoshī

A: 他_____?
　　tā

B: 他不是老師，他是學生。
　　tā bú shì lǎoshī　　tā shì xuéshēng

第1課 第2課 第3課 第4課 第5課 第6課 第7課 第8課 第9課 第10課 第11課 第1

II. Chèn từ trong dấu ngoặc đơn vào vị trí thích hợp để tạo thành câu hoàn chỉnh.

1. 他學生。（是）tā xuéshēng (shì)

→ _____

2. 我好，謝謝。（很）wǒ hǎo xièxie (hěn)

→ _____

3. 我是 學生，你是 學生？（也，嗎）
wǒ shì xuéshēng   nǐ shì xuéshēng   (yě   ma)

→ _____

4. 我很好，他好。（很，也）wǒ hěn hǎo tā hǎo (hěn yě)

→ _____

III. Sắp xếp lại các câu sau đây để tạo thành một bài hội thoại.

☐ A: 你是學生嗎？ nǐ shì xuéshēng ma?

☐ B: 早安！ zǎoān!

☐ A: 早安！ zǎoān!

☐ B: 他是老師。 tā shì lǎoshī.

☐ A: 我是學生，他呢？ wǒ shì xuéshēng, tā ne?

☐ B: 我不是學生，你呢？ wǒ búshì xuéshēng, nǐ ne?

☐ A: 謝謝老師。 xièxie lǎoshī.

☐ B: 不客氣，再見。 búkèqì, zàijiàn.

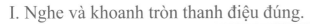

聽力練習 *Luyện nghe*
tīnglì   liànxí

I. Nghe và khoanh tròn thanh điệu đúng.

1. jiē jié jiě jiè

2. yē yé yě yè

3. dā dá dǎ dà

4. shēng shéng shěng shèng

5. mō mó mǒ mò

6. kē ké kě kè

II. Chọn mô tả chính xác nhất cho mỗi bài hội thoại.

1.(   ) A. Họ chào nhau vào buổi chiều.

B. Họ tạm biệt nhau vào buổi sáng.

C. Họ chào nhau vào buổi sáng.

D. Họ tạm biệt nhau vào buổi chiều.

2.(   ) A. Có hai giáo viên.

B. Có hai sinh viên.

C. Không có giáo viên.

D. Không có sinh viên.

3.(   ) A. Ông ấy rất hạnh phúc.

B. Ông ấy rất bận rộn.

C. Ông ấy khỏe.

D. Ông ấy không mệt.

第二課 您貴姓？
dì èr kè nín guì xìng

  對話一 *Hội thoại 1*
duìhuà yī

(Trong lớp học.)

老師：各位同學，大家早！
lǎoshī gèwèi tóngxué dàjiā zǎo

同學：老師早！
tóngxué lǎoshī zǎo

老師：我是楊老師，是大家的華語老師。
lǎoshī wǒ shì yáng lǎoshī shì dàjiā de huáyǔ lǎoshī

同學：楊老師好！
tóngxué yáng lǎoshī hǎo

老師：現在，我們來認識同學。請問，您貴姓？
lǎoshī xiànzài wǒmen lái rènshì tóngxué qǐngwèn nín guì xìng

愷俐：我姓白。
kǎilì　wǒ xìng bái

老師：名字呢？
lǎoshī　míngzi ne

愷俐：我叫愷俐。
kǎilì　wǒ jiào kǎilì

老師：謝謝！請白同學問下一位同學。
lǎoshī　xièxie　qǐng bái tóngxué wèn xià yí wèi tóngxué

愷俐：同學，你好！請問你叫什麼名字？
kǎilì　tóngxué　nǐhǎo　qǐngwèn nǐ jiào shéme míngzì

志學：我叫張志學。
zhìxué　wǒ jiào zhāng zhìxué

愷俐：志學，你好！
kǎilì　zhìxué　nǐhǎo

志學：愷俐，你好！
zhìxué　kǎilì　nǐhǎo

●生詞 Từ vựng
shēngcí

1 各位　mọi người, quý vị, …
2 同學　bạn cùng lớp, bạn học
3 大家　tất cả mọi người; mọi người
4 早＝早安　chào buổi sáng
5 楊　họ Dương
6 的　của
7 華語　tiếng Hoa
8 現在　bây giờ, hiện nay
9 我們　chúng tôi, chúng ta
10 來　hãy; để (dùng trước một động từ khác, biểu thị làm một việc gì đó)
11 認識　biết, làm quen
12 請問　xin hỏi, cho hỏi…
13 貴　quý
14 姓1　danh, họ
15 姓2　họ là…
16 白　họ Bạch, còn có nghĩa là trắng
17 名字　tên (họ tên, tên)
18 叫　gọi, gọi là
19 請　mời
20 下一位　người tiếp theo
21 什麼　gì?
22 志學　Chí Học (tên bạn cùng lớp với Claire)
23 張　họ Trương

● 對話二 *Hội thoại 2*
duìhuà èr

(Trong hành lang ngoài lớp học.)

偉立：愷俐，早安！
wěilì　　　kǎilì　　zǎoān

愷俐：早安！請問你是志學嗎？
kǎilì　　　zǎoān　qǐngwèn nǐ shì zhìxué ma

偉立：不是！我叫陳偉立，不叫志學。
wěilì　　bú shì　wǒ jiào chén wěilì　　　bú jiào zhìxué

愷俐：偉立，對不起！
kǎilì　　　wěilì　　　duìbùqǐ

偉立：沒關係！
wěilì　　　méiguān xi

愷俐：請問，她是誰？
kǎilì　　qǐngwèn　tā shì shéi

偉立：她是我的太太。她姓林。她叫林安惠。
wěilì　　tā shì wǒ de tàitai　　tā xìng lín　　tā jiào lín ānhuì

愷俐：陳太太，你好！
kǎilì　　　chén tàitai　　nǐhǎo

安惠：白小姐，你好！
ānhuì　　bái xiǎojiě　　nǐhǎo

●生詞 *Từ vựng*　　
shēngcí

24 陳　họ Trần	28 她　cô ấy, chị ấy, bạn ấy...	31 林　họ Lâm
25 偉立　Vĩ Lập (tên bạn cùng lớp với Claire)	29 誰　Ai?	32 安惠　An Huệ (tên của vợ Trần Vĩ Lập)
26 對不起　xin lỗi	30 太太　vợ, bà (dùng để xưng hô phụ nữ đã lập gia đình, tương tự Mrs. trong tiếng Anh)	
27 沒關係　đừng bận tâm		

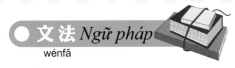

● 文法 *Ngữ pháp*
wénfǎ

1. "是 shì" , có nghĩa là "thì, là", liên kết hai mệnh đề lại với nhau.

Chủ ngữ	là (không phải là)	Danh từ
我	（不）是	楊老師。
你	（不）是	張先生。
他	（不）是	陳偉立。
她	（不）是	我的太太。
白小姐	是	誰？
這 zhè (Đây)	是	什麼？

Hai động từ tương đương khác được giới thiệu trong bài học này là "姓 xìng" (họ) và "叫 jiào" (gọi). Hãy xem một số mẫu câu sau:

Chủ ngữ	động từ tương đương	Danh từ
你	姓	什麼？
我	姓	黃 Huáng。
		李 Lǐ。
		王 Wáng。
你	叫	什麼（名字）？
我	叫	愷俐。
		安惠。
		志學。

台灣常見的姓氏
Các họ phổ biến nhất ở Đài Loan

陳
林
黃
張
李
王
吳 Wú
劉 Liú
蔡 Cài
楊

2. Từ nghi vấn không xuất hiện trong các câu hỏi có từ "嗎". Trong bài học này, từ nghi vấn "什麼" và "誰" được đặt ở vị ngữ.

Chủ ngữ	động từ tương đương	Vị ngữ
白愷俐	是	誰？ shéi
志學	姓	什麼？ shéme
楊老師	叫	什麼（名字）？ shéme　míngzì

3. Trong tiếng Hoa, từ "的 de" được thêm vào sau định ngữ để tu sức cho danh từ, biểu thị quan hệ sở hữu.

Định ngữ	của	Trung tâm ngữ
我	的	朋友 (bạn) péngyǒu
你	的	老師 lǎoshī
陳先生	的	太太 tàitai
白愷俐	的	學校 (trường) xuéxiào

4. "來 lái" được dùng trước động từ hoặc cụm động từ, biểu thị làm một việc gì đó, có nghĩa như "để", "hãy" trong tiếng Việt.

Chủ ngữ	來+ động từ		Vị ngữ	Dịch nghĩa
大家	來	認識	同學。	Chúng ta hãy làm quen với các bạn trong lớp.
我	來	問	下一位女生。	Để tôi hỏi cô gái bên cạnh.

● 換你試試看 *Đến lượt bạn!*
huàn nǐ　shìshìkàn

Thử thách 1

Chọn phiên âm đúng.

1. (　　) 認　A. shèn　B. rèn　C. chèn
2. (　　) 識　A. xì　B. qì　C. shì
3. (　　) 關　A. guān　B. guāng　C. gēng
4. (　　) 下　A. xià　B. xiá　C. xiā
5. (　　) 貴　A. kuì　B. huì　C. guì
6. (　　) 叫　A. jiào　B. jià　C. jiù

Thử thách 2

I. Dựa vào hình vẽ bên dưới, dùng các từ nghi vấn "誰" và "什麼" để đặt câu. Lần lượt hỏi và trả lời những câu hỏi đó.

Ví dụ:

 陳老師

A: 他是誰？　他姓什麼？／他叫什麼？
　　tā shì shéi　　tā xìng shéme　　tā jiào shéme
B: 他是老師。　他姓陳。
　　tā shì lǎoshī　　tā xìng chén

 林安惠

A:

B:

 張志學

A:

B:

 王小姐

A:

B:

II. Một sinh viên chỉ vào bức tranh và sử dụng mẫu
"⋯⋯是 誰 的⋯⋯" để đặt câu hỏi,
và người kia dùng mẫu "是⋯⋯的" để trả lời.

Ví dụ:

A: 王　小姐　是誰的同學？
　　wáng　xiǎojiě　shì shéi de tóngxué

B: 王　小姐　是白　先生　的　同學。
　　wáng　xiǎojiě　shì bái xiānshēng　de　tóngxué.

A: 楊老師　是　誰　的　華語　老師？
　　yáng lǎoshī　shì　shéi　de　huáyǔ　lǎoshī

B:

林安惠　　**鄰居**　　**吳小姐** wú

A：林安惠 是 誰 的 鄰居？
　　lín ānhuì　shì　shéi　de　línjū
- -
B：

A：楊 日華 是 誰 的 太太？
　　yáng　rìhuá　shì　shéi　de　tàitai
- -
B：

太太　　**楊日華**　　**李先生** lǐ

Thử thách 3

I. Viết tên mình bằng chữ Hán và phiên âm.

II. Dùng thông tin trên Thẻ chứng minh nhân dân ở Đài Loan để trả lời những câu hỏi bên dưới.

1. 她叫 什麼 名字？
   tā jiào shéme míngzì

2. 她的 母親 姓 什麼？
   tā de mǔqīn xìng shéme

3. 她的 先生 叫 什麼名字？
   tā de xiānshēng jiào shéme míngzì

補充 生詞 bǔchōng	Từ vựng bổ sung
父親（父）fùqīn (fù)	cha, ba, bố
母親（母）mǔqīn (mǔ)	mẹ
配偶 pèiǒu	vợ, chồng

Thử thách 4

Nối câu dịch đúng nghĩa.

(　　) A. Xin hỏi ông tên gì?

(　　) B. Tôi không phải họ Zhāng (Trương). Tên tôi là Chén Wěilì (Trần Vĩ Lập).

(　　) C. Cô ấy là vợ tôi. Tên cô ấy là Kǎilì (Khải Lợi).

(　　) D. Tôi là thầy Chén (Trần), giáo viên tiếng Hoa mới của em.

(　　) E. Không phải, tôi là Wěilì (Vĩ Lập), không phải là Zhìxué (Chí Học).

1. 我是陳老師，是你們新的華語老師。
   wǒ shì chén lǎoshī　shì nǐmen xīn de huáyǔ lǎoshī

2. 她是我的太太。她叫愷俐。
   tā shì wǒ de tàitai　tā jiào kǎilì

3. 不，我叫偉立，不叫志學。
   bù　wǒ jiào wěilì　bú jiào zhìxué

4. 我不姓張。我叫 陳偉立。
   wǒ bú xìng zhāng　wǒ jiào chén wěilì

5. 請問 您貴姓？
   qǐng wèn nín guìxìng

Thử thách 5

Đọc đoạn văn sau và trả lời các câu hỏi. (Đúng / Sai)

陳偉立是學生，他正在學華語。他的華語老師姓楊，名日華，
chén wěilì　shì xuéshēng　tā zhèng zài xué huáyǔ　tā de huáyǔ lǎoshī xìng yáng　míng rìhuá

偉立都叫他楊老師。楊老師不高，但嗓門很大。白愷俐是偉立
wěilì　dōu jiào tā yáng lǎoshī　yáng lǎoshī bù gāo　dàn sǎngmén hěn dà　bái kǎilì shì wěilì

的好朋友。她也不高，但很漂亮，是個好學生。
de hǎo péngyǒu　tā yě bùgāo　dàn hěn piàoliàng　shì ge hǎo xuéshēng

(　　) 1. 楊老師是陳偉立的學生。
yáng lǎoshī shì chén wěilì de xuéshēng

(　　) 2. 陳偉立 正 在 上 華語課。
chén wěilì zhèng zài shàng huáyǔ kè

(　　) 3. 白愷俐很漂亮，但不是個好學生。
bái kǎilì hěn piàoliàng dàn bú shì ge hǎo xuéshēng

(　　) 4. 白愷俐的同學是 楊日華。
bái kǎilì de tóngxué shì yáng rìhuá

(　　) 5. 白愷俐不高，楊老師也不高。
bái kǎilì bù gāo　yáng lǎoshī yě bù gāo

補充生詞 Từ vựng bổ sung	
嗓門 sǎngmén	giọng; cổ họng
漂亮 piàoliàng	đẹp; xinh xắn; xinh đẹp
問問題 wèn wèntí	đặt câu hỏi
認真 rènzhēn	nghiêm túc; chăm chỉ

● 聽力練習 *Luyện nghe*
tīnglì　liànxí

I. Nghe và khoanh tròn thanh điệu đúng.

A.　xī　　　xí　　　xǐ　　　xì

B.　zhāi　　zhái　　zhǎi　　zhài

C.　miāo　　miáo　　miǎo　　miào

D.　qīng　　qíng　　qǐng　　qìng

E.　yī　　　yí　　　yǐ　　　yì

II. Nghe đoạn đối thoại và đánh dấu các câu đúng với chữ "Đ" và sai với "S".

補充生詞　Từ vựng bổ sung			
師丈 shīzhàng	chồng của cô giáo	乖 guāi	ngoan ngoãn
女兒 nǚér	con gái	貴 guì	mắc
姊姊 jiějie	chị gái	便宜 piányí	rẻ

句型 Mẫu câu bổ sung
我遲到了。　Tôi trễ rồi. wǒ chídào le
我來自……。　Tôi đến từ … wǒ láizì…
(我)很 高興 認識 你／您。　Rất vui được làm quen với anh. (wǒ) hěn gāoxìng rènshì　nǐ / nín
你叫……就好了。　Gọi tôi là … là được. nǐ jiào…jiù hǎo le

(　　　) 1. Đoạn hội thoại diễn ra trong nhà của cô giáo.

(　　　) 2. Kăilì khen quần áo của cô giáo chứ không phải con gái của cô.

(　　　) 3. Họ của chồng cô giáo là Zhāng.

(　　　) 4. Kăilì cảm thấy ngôi nhà rất lớn và đẹp.

(　　　) 5. Chồng của cô giáo cảm thấy ngôi nhà rất mắc.

BÀI 3

第三課 我 喜 歡 爬 山
dì sān kè wǒ xǐhuān pá shān

 ● 對話一 *Hội thoại 1*
duìhuà yī

(Trong công viên gần Trung tâm tiếng Hoa Hanlai.)

志學：愷俐，早！
zhìxué　　kǎilì　　zǎo

愷俐：早！志學。
kǎilì　　zǎo　　zhìxué

志學：愷俐，你喜歡[1]不喜歡[2]爬山？
zhìxué　　kǎilì　　nǐ xǐhuān bù xǐhuān pá shān

愷俐：喜歡！我很喜歡爬山。
kǎilì　　xǐhuān　　wǒ hěn xǐhuān pá shān

志學：[3]太好了！我也喜歡爬山！
zhìxué　　tài hǎo le　　wǒ yě xǐhuān pá shān

愷俐：沒想到，我和你都喜歡爬山，喜歡運動！
kǎilì　méi xiǎngdào　wǒ hàn nǐ dōu xǐhuān pá shān　xǐhuān yùndòng

志學：那下次我們一起去爬山，好嗎？
zhìxué　nà xiàcì wǒmen yìqǐ qù pá shān　hǎo ma

愷俐：好啊！
kǎilì　hǎo a

志學：除了爬山之外，我還喜歡做飯，你呢？
zhìxué　chú le pá shān zhīwài　wǒ hái xǐhuān zuò fàn　nǐ ne

你喜不喜歡進廚房？
nǐ xǐ bù xǐhuān jìn chúfáng

愷俐：哦！我只喜歡吃美食，不喜歡做飯。
kǎilì　ò wǒ zhǐ xǐhuān chī měishí bù xǐhuān zuò fàn

志學：沒關係！下次我做飯給你吃，如何？
zhìxué　méi guānxì　xiàcì wǒ zuò fàn gěi nǐ chī rúhé

愷俐：太好了！謝謝你！
kǎilì　tài hǎo le　xièxie nǐ

●生詞 *Từ vựng*
shēngcí

1 喜歡 thích

2 爬山 leo núi

3 太……了 quá …

4 沒想到 không ngờ

5 和 và

6 都 đều

7 運動 vận động, tập thể dục

8 那 thế, vậy thì…

9 下次 lần tới

10 一起 cùng nhau

11 去 đi

12 啊 à, a …. (từ cảm thán)

13 除了……之外 ngoài ra

14 還 còn

15 做飯 nấu ăn; nấu nướng

16 進 vào

17 廚房 nhà bếp

18 哦 ồ … (từ cảm thán)

19 只 chỉ

20 吃 ăn

21 美食 thức ăn ngon, món ngon

22 給 cho

23 如何 như thế nào, ra sao

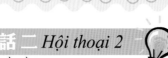

對話二 *Hội thoại 2*
duìhuà èr

(Trên núi.)

志學：愷俐，你喜歡這裡²⁴嗎？
zhìxué　　kǎilì　　nǐ xǐhuān zhèlǐ ma

愷俐：喜歡，這裡好²⁵美²⁶啊！
kǎilì　　xǐhuān　zhèlǐ hǎo měi a

志學：那我們就²⁷在²⁸這裡野餐²⁹好了³⁰！
zhìxué　　nà wǒ men jiù zài zhèlǐ yěcān hǎo le

愷俐：耶³¹！你準備³²了³³些什麼？
kǎilì　　ye　　nǐ zhǔnbèi le xiē shéme

志學：我做了三明治³⁴和水果³⁵沙拉³⁶，希望³⁷你會³⁸喜歡！
zhìxué　　wǒ zuò le sānmíngzhì hàn shuǐguǒ shālā　xīwàng nǐ huì xǐhuān

愷俐：哇³⁹！好好吃⁴⁰喔⁴¹！
kǎilì　　wā　　hǎo hǎochī o

志學：你喜歡就⁴²好！
zhìxué　　nǐ xǐhuān jiù hǎo

生詞 *Từ vựng*
shēngcí

24 這裡 nơi này, nơi đây	30 好了 được rồi, tốt rồi	37 希望 hi vọng
25 好 quá; thật (dùng trước tính từ, động từ, biểu thị mức độ, kèm theo ngữ khí cảm thán.)	31 耶 Yeah (từ cảm thán)	38 會 sẽ
	32 準備 chuẩn bị	39 哇 ồ, òa, wow...(từ cảm thán)
26 美 đẹp	33 了 rồi, biểu thị hành động đã hoàn thành	40 好吃 ngon
27 就 thì...		41 喔 ồ, a, đi... (từ cảm thán)
28 在 ở, tại	34 三明治 bánh sandwich	42 就 thì
29 野餐 picnic	35 水果 trái cây	
	36 沙拉 sà lách, rau trộn	

愷俐：志學，你當我的烹飪老師，好不好？
kǎilì zhìxué nǐ dāng wǒ de pēngrèn lǎoshī hǎo bù hǎo

志學：沒問題！可是我的收費很高喔！
zhìxué méi wèntí kěshì wǒ de shōufèi hěn gāo o

愷俐：How much?
kǎilì

志學：A kiss.
zhìxué

愷俐：（臉紅了）那就算了……
kǎilì liǎnhóng le nà jiù suànle

●生詞 *Từ vựng*
shēngcí

43 當　đảm nhiệm; làm

44 烹飪　nấu nướng, nấu ăn

45 沒問題　không thành vấn đề

46 可是　nhưng, nhưng mà

47 收費　học phí

48 高　cao

49 臉紅　đỏ mặt

50 算了　thôi đi, quên đi

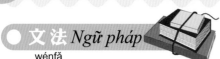
● 文法 *Ngữ pháp*

wénfǎ

1. Câu hỏi chính phản (cấu trúc "A 不 A")

Đây là câu hỏi yêu cầu câu trả lời phải là "có" hoặc "không". Chức năng của nó tương đương với câu hỏi dùng "嗎".

A	不	A		
好		好	=	好嗎？
美		美	=	美嗎？
貴		貴	=	貴嗎？
便宜	不	便宜	=	便宜嗎？
認識		認識	=	認識嗎？
喜歡		喜歡	=	喜歡嗎？
討厭		討厭	=	討厭嗎？
好吃		好吃	=	好吃嗎？

🍎 [便宜 piányí] rẻ   [討厭 tǎoyàn] ghét

🍎 "便宜不便宜？" và "討厭不討厭？" kèm theo biểu cảm, nên nó được dùng ít hơn so với "喜歡不喜歡？" và "貴不貴？"

Các trạng từ 很 và 都 không thể dùng trong cấu trúc này, chỉ có thể dùng với câu hỏi 嗎.

Đúng: 他們很喜歡嗎？

Sai: 他們很喜歡不喜歡？

Đúng: 你和志學都認識她嗎？

Sai: 你和志學都認識不認識她？

Câu hỏi	Câu trả lời khẳng định	Câu trả lời phủ định
你喜歡不喜歡做飯？	喜歡。（我喜歡做飯）	不喜歡。（我不喜歡做飯）
你認識不認識林安惠？	認識。（我認識她）	不認識。（我不認識她）
偉立下次去不去爬山？	去。（他去）	不去。（他不去）

Nhiều người bản xứ dùng "你喜不喜歡他？" thay cho câu "你喜歡不喜歡他？"

2. Câu hỏi đuôi

Câu hỏi đuôi có chức năng xác nhận hoặc đưa ra gợi ý, và được thêm vào sau một câu khẳng định.

Câu khẳng định	Câu hỏi đuôi
你認識白愷俐，	對嗎？ （對不對？）
我們就在這裡野餐，	好嗎？ （好不好？）
我做飯給你吃，	如何？
坐公車去上課，	怎麼樣？

[坐公車 zuò gōngchē] đón xe buýt [怎麼樣 zěnmeyàng] thế nào, như thế nào?

3. 和 (hàn) và

Đây là một liên từ thường được dùng để liên kết hai danh từ hoặc đại từ. Nhưng 和 (hàn) không thể dùng giữa hai động từ, trạng từ, mệnh đề, hoặc câu.

他和偉立一起去爬山。
愷俐和志學都是學生。
（我）希望你喜歡我的三明治和水果。

4. 都(dōu) đều

Trạng từ này được đặt trước vị ngữ, diễn tả mọi người hoặc mọi vật đều có chung tính chất như mô tả. "都不" là thể phủ định của cấu trúc này.

Khẳng định	*Phủ định*
我和你都喜歡爬山。	我和你都不喜歡爬山。
愷俐和志學都喜歡野餐。	愷俐和志學都不喜歡野餐。

5. 還(hái) còn; vẫn; vẫn còn

Trạng từ này được đặt trước động từ và được dùng để bổ sung thông tin vào mệnh đề đã đề cập trước đó.

Ví dụ:

我喜歡做飯，（我）還喜歡爬山。
我學了華語，（我）還學了烹飪。　[學 xué] học

🍎 Trong mệnh đề thứ hai của một câu phức, chủ thể ở mệnh đề đầu tiên có thể được lược bỏ.

> 相關句型　**Mẫu câu liên quan**
> ## 除了……之外，還……
> Ví dụ:
> 除了爬山之外，我還喜歡做飯。
> 除了吃飯之外，我還喜歡烹飪。

6. 了 (le)

Dùng sau động từ hay cụm động từ, biểu thị hành động đã hoàn thành.

媽媽	準備	了	水果給小孩。	Mẹ chuẩn bị trái cây cho các con rồi.
志學	吃	了	三明治。	Chí Học ăn bánh sandwich rồi.
我們	預習	了	第二課。	Chúng tôi ôn tập bài 2 rồi.

🍎 [媽媽 māma] mẹ　　[小孩 xiǎohái] trẻ em; em bé　　[預習 yùxí] ôn tập

● 換你試試看 *Đến lượt bạn!*
　huàn nǐ　shìshìkàn

Thử thách 1

Chọn phiên âm đúng.

1. (　　) 美　　　　A. něi　　　B. měi　　　C. lěi

2. (　　) 歡　　　　A. hūn　　　B. huāng　　C. huān

3. (　　) 算　　　　A. suàn　　　B. shùn　　　C. shuàn

4. (　　) 爬山　　　A. pāisān　　B. pàshāng　C. páshān

5. (　　) 運動　　　A. wèndòng　B. yùndòng　C. wèntòng

6. (　　) 可是　　　A. kěshì　　　B. kěqí　　　C. kěxí

Thử thách 2

I. Dùng các dạng câu hỏi khác nhau để hỏi bạn cùng lớp.

Ví dụ 1

你學華語。(嗎)

→　A：你學華語嗎？

→　B：是啊，我學華語。

Ví dụ 2

她很高。(A不A)

→　A：她高不高？

→　B：她不高。

1. 俊傑(jùnjié)吃了三明治。（嗎）

→ A:

→ B:

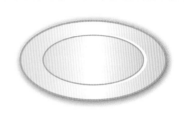

2. 烹飪課的收費很高。（A不A）

→ A:

→ B:

3. 陳美喜歡去爬山。（A不A）

→ A:

→ B:

4. 陳太太的先生做飯給她吃。（嗎）

→ A:

→ B:

5. 老師很累。（TQ是不是）

→ A:

→ B:

補充生詞 Từ vựng bổ sung	
烹飪課 pēngrènkè (lớp nấu ăn)	書法課 shūfǎkè (lớp thư pháp)
華語課 huáyǔkè (lớp tiếng Hoa)	繪畫課 huìhuàkè (lớp hội họa)
體育課 tǐyùkè (lớp thể dục)	

II. Dùng các gợi ý trong dấu ngoặc đơn viết lại câu.

1. 小偉(xiǎowěi)是我的朋友。小俐(xiǎolì)是我的朋友。
（小偉和小俐，都）

→

2. 小俐(xiǎolì)喜歡吃三明治。我的老師喜歡吃三明治。
（也）

→

3. 師丈(shīzhàng)去爬山。我們去爬山。
（和）

→

4. 老師準備了沙拉。老師準備了水果。
（除了……之外，還……）

→

5. 志學當我的華語老師。他也當我的烹飪老師。
（除了……之外，還……）

→

Thử thách 3

Tình huống :

Đây là lần đầu tiên bạn gặp người bạn trao đổi ngôn ngữ với mình. Bạn cần phải tự giới thiệu, hỏi bạn ấy một số câu hỏi, sau đó cùng nói về sở thích của nhau.

Gợi ý:

1. Chào hỏi.

2. Hỏi sở thích của bạn ấy.

3. Mời bạn ấy đi ăn gì đó với bạn.

Mẫu câu:

1. 你好
2. 我叫……，你呢？
3. 喜歡不喜歡
4. 你 平常 喜歡 做 什麼？ (Bạn thường thích làm gì?)   nǐ píngcháng xǐhuān zuò shéme
5. 想不想 xiǎngbùxiǎng (Bạn có muốn ...)
6. 怎麼樣 zěmeyàng (Bạn nghĩ thế nào?)

Thử thách 4

Đọc bức thư sau và chọn câu trả lời đúng nhất.

📧 Send	✏ Save draft	Attach ▾	🔤 Spell check	Set priority to ▾	✖ Cancel

From: 志學 ▾   Show Cc & Bcc

To: 立山

Subject:

Show plain text

✂ 📋 📋   Font Style ▾   Font Size ▾   **B** *I* <u>U</u> | ▤ ▤ ▤ | ▥ ▥ ▤ ▤ | 🔗 🔗 — 🎨 🔺 ☺

立山：
lìshān

你好！我想介紹一位華語課的同學給你認識。
nǐhǎo   wǒ xiǎng jièshào yíwèi   huáyǔ kè de tóngxué gěi nǐ rènshì

她叫金希京，**剛來臺灣念研究所**。
tā jiào jīn xījīng   gāng lái táiwān niàn yánjiùsuǒ

她現在除了學華語之外，還學了書法。
tā xiànzài chú le xué huáyǔ zhīwài   hái xué le shūfǎ

她很喜歡吃美食，可是不知道臺北這裡**有什麼**好吃的。
tā hěn xǐhuān chī měishí   kěshì bùzhīdào táiběi zhèlǐ yǒu shé me hǎochī de

我**最近**很**忙**，**所以**想請你**帶**她去**夜市**，
wǒ zuìjìn hěn máng   suǒyǐ xiǎng qǐng nǐ dài tā qù yèshì

介紹臺北的美食給她認識。
jièshào táiběi de měishí gěi tā rènshì

你**明天**6:00 p.m. 和她一起去夜市，如何？
nǐ míngtiān   hàn tā yìqǐ qù yèshì rúhé

希望你明天**有空**！
xīwàng nǐ míngtiān yǒukòng

志學 2008/1/12
zhìxué

補充生詞 Từ vựng bổ sung	
想 xiǎng muốn	什麼 shéme gì, gì đó
位 wèi vị (lượng từ chỉ người, tỏ ý tôn kính)	最近 zuìjìn gần đây
剛 gāng mới, vừa mới	忙 máng bận rộn
臺灣 táiwān Đài Loan	所以 suǒyǐ nên, cho nên
念研究所 niàn yánjiùsuǒ học cao học, thạc sĩ	帶 dài dẫn, dẫn theo
研究所 yánjiùsuǒ cao học, thạc sĩ	夜市 yèshì chợ đêm
臺北 táiběi Đài Bắc	明天 míngtiān ngày mai
有 yǒu có	有空 yǒukòng rảnh

1. (   ) Mục đích của bức thư này là gì?

     A. Chúc mừng sinh nhật của một người nào đó.

     B. Yêu cầu ai đó giúp đỡ.

     C. Chúc mừng một người nào đó sắp tốt nghiệp.

2. (   ) Khi nào thì Lìshān nên đi gặp Xījīng?

     A. Tối mai.

     B. Chiều nay.

     C. 6 giờ chiều thứ hai tuần sau.

3. (   ) Ai sẽ đưa Xījīng đến chợ đêm?

     A. Kǎilì

     B. Lìshān

     C. Giáo viên của Kǎilì

     D. Zhìxué

4. (   ) Mô tả nào KHÔNG đúng về Xījīng?

     A. Cô ấy đang học tiếng Hoa và thư pháp.

     B. Cô ấy thích đồ ăn ngon.

     C. Cô ấy biết rõ về Đài Bắc.

聽力練習 *Luyện nghe*
tīnglì liànxí

I. Nghe và khoanh tròn đáp án đúng.

A.	yē	yé	yě	yè
B.	cān	cán	cǎn	càn
C.	chū	chú	chǔ	chù
D.	hōng	hóng	hǒng	hòng
E.	fāng	fáng	fǎng	fàng

II. Nghe đoạn đối thoại và đánh dấu các câu đúng với chữ "Đ" và sai với "S".

補充生詞 Từ vựng bổ sung	
韓國 hánguó Hàn Quốc	最（喜歡）…… zuì (xǐhuān)…… (thích) nhất
韓國人 hánguó rén người Hàn Quốc	
對了 duìle phải rồi, đúng rồi	趕快 gǎnkuài nhanh; mau lên
原來 yuánlái hoá ra; thì ra	進去 jìnqù vào (từ phía ngoài vào trong)
這裡／那裡 zhèlǐ/nàlǐ nơi này/nơi đó	說得對 shuō de duì Nói đúng
有 yǒu có	等等我 děngděngwǒ đợi tôi

臺灣小吃 táiwān xiǎochī Món ăn vặt Đài Loan	
炒麵 chǎomiàn mì xào	水餃 shuǐjiǎo sủi cảo
炒飯 chǎofàn cơm chiên	春捲 chūnjuǎn chả giò
滷味 lǔwèi đồ luộc	包子 bāozi bánh bao

(   ) 1. Đây là lần đầu tiên Lìshān gặp Xījīng.

(   ) 2. Cả Xījīng và Lìshān đều là người Đài Loan.

(   ) 3. Xījīng lúc đầu nghĩ rằng xiǎochī có nghĩa là ít ăn.

(   ) 4. Cả Xījīng và Lìshān đều không thích chǎofàn.

(   ) 5. Chǎofàn là một món ăn vặt nổi tiếng ở Đài Loan.

Note

BÀI 4

第四課 我會説華語
dì sì kè wǒ huì shuō huáyǔ

 ● 對話一 *Hội thoại 1*
duìhuà yī

(Lập Sơn và Huệ Mỹ, hai sinh viên đại học sống cùng tòa nhà với Claire White, họ đang ở trong thang máy.)

立山：惠美，你今天 不用 上課 嗎？
lìshān　huìměi　nǐ jīntiān　bú yòng shàng kè　ma

惠美：對啊，我今天放假。立山，你家住七樓吧？
huìměi　duì a　wǒ jīntiān fàngjià　lìshān　nǐ jiā zhù qī lóu ba

立山：對，我住七樓。惠美，你要到五樓吧？
lìshān　duì　wǒ zhù qī lóu　huìměi　nǐ yào dào wǔ lóu ba

惠美：我不是要回家，我要到八樓找明芬。
huìměi　wǒ bú shì yào huí jiā　wǒ yào dào bā lóu zhǎo míngfēn

(Cửa mở ở tầng hai và Claire bước vào thang máy.)

立山：外……外國人耶！
lìshān　wài　wàiguó rén ye

惠美：怀……怎麼辦，我的英文很爛耶。你來啦！
huìměi　zěn　　zěn mebàn　　wǒ de yīngwén hěn làn ye　　nǐ lái la

立山：Um... hello, which... which floor...
lìshān

愷俐：你好，我會說華語。
kǎilì　　nǐhǎo　　wǒ huì shuō huáyǔ

　　　請跟我說華語，我想練習！
　　　qǐng gēn wǒ shuō huáyǔ　　wǒ xiǎng liànxí

立山：哇，你好屬害喔！那小姐你要 上 幾樓？
lìshān　　wā　　nǐ hǎo lìhài o　　nà xiǎojiě nǐ yào shàng jǐ lóu

愷俐：我要上 四 樓，謝謝。
kǎilì　　wǒ yào shàng sì lóu　　xièxie

立山：沒問題！(Nhấn tầng 4.)
lìshān　　méi wèntí

●生詞 *Từ vựng*
shēngcí

1 立山　Lập Sơn (tên của sinh viên nam)
2 惠美　Huệ Mỹ (tên của sinh viên nữ)
3 今天　hôm nay
4 不用　không phải, không cần
5 上課　đi học
6 對　đúng
7 放假　nghỉ
8 家　nhà
9 住　sống, cư ngụ
10 七　bảy
11 樓　lầu
12 吧　dùng cuối câu, ý chỉ nghi vấn pha phỏng đoán, suy đoán của người nói)

13 要　muốn
14 到　đến
15 五　năm
16 回　về
17 八　tám
18 找　tìm
19 明芬　Minh Phân (tên của một cô gái)
20 外國人　người nước ngoài
21 怎麼辦　làm sao, làm thế nào?
22 英文　tiếng Anh
23 爛　dở, tệ
24 啦　đấy; nhé; nhá; à (trợ từ, hợp âm của "了", "啊")

25 會　biết
26 說　nói
27 跟　với
28 想　muốn
29 練習　luyện tập, thực hành
30 屬害　giỏi, lợi hại
31 上　lên, đi lên
32 幾　mấy
33 四　bốn

惠美：我叫惠美，他叫立山，請問你叫什麼名字呢？
huìměi　　wǒ jiào huìměi　　tā jiào lìshān　　qǐngwèn nǐ jiào shéme míngzì ne

愷俐：我叫白愷俐，叫我愷俐就行了。
kǎilì　　wǒ jiào bái kǎilì　　jiào wǒ kǎilì jiù xíng le

惠美：愷俐，真沒想到你會說中文！
huìměi　　kǎilì　　zhēn méi xiǎngdào nǐ huì shuō zhōngwén

對了，立山住七樓，我住五樓，歡迎你有
duì le　　lìshān zhù qī lóu　　wǒ zhù wǔ lóu　　huānyíng nǐ yǒu

空來坐坐；我們都會幫你的。
kòng lái zuòzuò　　wǒ men dōu huì bāng nǐ de

愷俐：謝謝你們！ (Họ đến tầng 4.)
kǎilì　　xièxie nǐ men

啊，我要走了，再見！
a　　wǒ yào zǒu le　　zàijiàn

立山、惠美：再見！
lìshān　　huìměi　　zàijiàn

● 生詞 *Từ vựng*
shēngcí

34 行　được　　　　　　39 有　có

35 真　thực sự, thật　　 40 空　rảnh

36 中文　tiếng Trung, tiếng Hoa　41 坐　ngồi

37 對了　đúng rồi, phải rồi　42 幫　giúp

38 歡迎　hoan nghênh, chào mừng　43 走　đi, rời đi

● 對話二 *Hội thoại 2*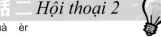
duìhuà èr

(Sau lần Chí Học cùng leo núi với Claire, anh lại muốn mời cô đi tham quan Bảo tàng Cung điện Quốc gia. Họ gặp nhau tại hành lang của Trung tâm tiếng Hoa Hanlai.)

志學：愷俐，我想邀你一起去故宮看展覽，好不好？
zhìxué　　kǎilì　　　wǒ xiǎng yāo nǐ　yìqǐ　qù gùgōng kàn zhǎnlǎn　hǎo bù hǎo

愷俐：故宮是什麼呀？
kǎilì　 gùgōng shì shé me ya

志學：故宮是一座很大的博物館，裡面有 很多中國
zhìxué　 gùgōng shì yí zuò hěn dà de bówùguǎn　 lǐmiàn yǒu hěn duō zhōngguó

文物，你一定會喜歡的！
wénwù　　 nǐ yídìng huì xǐhuān de

愷俐：好哇！我想去！會不會很遠哪？
kǎilì　 hǎo wā　 wǒ xiǎng qù　 huì bú huì hěn yuǎn na

志學：有一點遠，所以我們要坐公車去。
zhìxué　 yǒu yìdiǎn yuǎn　 suǒyǐ wǒ men yào zuò gōngchē qù

愷俐：坐公車多沒意思，你可不可以開車載我去？
kǎilì　 zuò gōngchē duō méi yì si　 nǐ kě bù kěyǐ kāi chē zài wǒ qù

● 生詞 *Từ vựng*
shēngcí

44 邀　mời	
45 故宮　Cố Cung, Bảo tàng Cung điện Quốc gia	
46 看　xem	
47 展覽　triển lãm	
48 呀　a; à; nhá; nhé; nhỉ...	
49 一　một	
50 座　(lượng từ cho các tòa nhà lớn ví dụ như viện bảo tàng)	
51 大　lớn	
52 博物館　bảo tàng	
53 裡面　trong, bên trong	

54 多　nhiều
55 中國　Trung Quốc
56 文物　di sản văn hóa
57 一定　nhất định
58 的　dùng cuối câu tường thuật biểu thị sắc thái khẳng định
59 遠　xa
60 哪　nhỉ, nhé (trợ từ, đuôi vần trước là -n, thì '啊' biến thành '哪')
61 有一點　một chút

62 所以　vì thế, do vậy
63 坐　ngồi, đi (một phương tiện giao thông nào đó)
64 公車　xe buýt
65 沒意思　nhàm chán, không thú vị
66 可以　có thể
67 開　lái xe
68 車　xe hơi
69 載　chở

志學：**真可惜**，我不會開車。
zhìxué　　zhēn　kěxí　　　wǒ bú huì kāi chē

愷俐：什麼？**這樣**不行喔，我**未來**的**男朋友**一定
kǎilì　　shéme　　zhè yàng bù xíng o　　wǒ wèilái de nánpéngyǒu yídìng

要會開車。
yào huì kāi chē

志學：**真的嗎**？那我一定要**學會**開車！
zhìxué　　zhēn de ma　　nà wǒ yídìng yào xuéhuì kāi chē

愷俐：**而且最好**是要會開**飛機**。
kǎilì　　érqiě zuì hǎo shì yào huì kāi fēijī

志學：真的嗎？那我一定要 **賺** 很多的**錢**，
zhìxué　　zhēnde ma　　nà wǒ yídìng yào zhuàn hěn duō de qián

去學開飛機！
qù xué kāi fēijī

愷俐：（**心裡想**）**不會吧**？他**當真**了！
kǎilì　　xīn lǐ xiǎng　bú huì ba　　tā dāngzhēn le

●**生詞** *Từ vựng*
shēngcí

70 真可惜 đáng tiếc! / tiếc quá!
71 這樣 như thế này
72 未來 tương lai
73 男朋友 bạn trai
74 真的嗎 Thật ư? / Thật sao?
75 學會 học được, biết

76 而且 hơn nữa
77 最好 tốt nhất
78 飛機 máy bay
79 賺 kiếm
80 錢 tiền
81 心 tim; tư tưởng, tâm tư

82 裡 trong
83 想 suy nghĩ
84 不會吧 Phải không đây? / Không phải chứ?
85 當真 tưởng thật; tưởng là thật; cho là thật

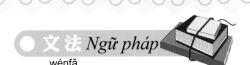

● 文法 *Ngữ pháp*
wénfǎ

1. Trợ động từ 要 (yào): muốn, cần

要 có nhiều nghĩa. Trong bài học này, chúng ta sẽ học một trong những nghĩa chính của từ này. 要 diễn tả một hành động trong tương lai, có nghĩa gần như "muốn, cần" trong tiếng Việt.

你	要	到三樓嗎？	Bạn muốn lên lầu 3 phải không?
惠美	要	到五樓。	Huệ Mỹ muốn lên lầu 5.
我	不要 búyào	走路去學校。	Tôi không muốn đi bộ đến trường.
他	不要 búyào	和我一起去爬山。	Anh ấy không muốn đi leo núi với tôi.

🍎 Nếu muốn nhấn mạnh sự háo hức muốn làm điều gì đó, có thể thêm "一定" trước "要". Sự kết hợp này có nghĩa là "nhất định sẽ..., nhất định muốn...", biểu thị sự quyết tâm của người nói sẽ thực hiện hành động nào đó.

我		要學會開車。	Tôi nhất định sẽ học lái xe.
我男朋友	一定	要賺很多錢。	Bạn trai của tôi nhất định sẽ phải kiếm được nhiều tiền.
我和我的太太		要去臺灣旅行。	Tôi nhất định sẽ đi du lịch Đài Loan với vợ.
我和家人		要到加拿大看楓葉。	Tôi nhất định sẽ đi Canada ngắm lá phong.

🍎 [臺灣 táiwān Đài Loan] [家人 jiārén người nhà, người thân]
[旅行 lǚxíng du lịch] [楓葉 fēngyè lá phong]

2. Trợ động từ 會 (huì)

Ba ý nghĩa chính của 會 được thể hiện trong bảng sau.

會1 (Là)	dựa trên kiến thức của người nói về thế giới	故宮會不會很遠呢？ Cố Cung có xa không?
會2 (Sẽ)	dựa trên nghĩa vụ của người nói hoặc hành động tự nguyện.	我們都會幫你的。 Chúng tôi sẽ giúp bạn. 希望你會喜歡。 Hy vọng bạn sẽ thích nó.
會3 (Có thể)	dựa trên khả năng của người nói	愷俐會說華語。 Claire có thể nói tiếng Hoa.

🍎 會3 thường diễn đạt một khả năng học tập, như có thể nói một ngôn ngữ nào đó.

🍎 Có thể đặt một số trạng từ và cụm phó từ trước "會" để chỉ mức độ khả năng. Ví dụ:

"不太會" có nghĩa là "không thể ... tốt", do đó "我不太會說中文" có
(bú tài huì)   (wǒ bú tài huì shuō zhōngwén)

nghĩa là "Tôi không thể nói tiếng Hoa tốt". Ngược lại, "很 會" có nghĩa là "có thể ...
                                                              (hěn huì)

rất tốt", do đó "我很會說中文" có nghĩa là "Tôi có thể nói tiếng Hoa rất tốt."
            (wǒ hěn huì shuō zhōngwén)

3. Trợ động từ 想 (xiǎng)

想, được dùng trong bài học này, diễn tả mong muốn làm điều gì đó. Ví dụ:

我想邀你去故宮。	Tôi muốn mời bạn đi Cố Cung.
志學想到四樓找老師。	Chí Học muốn đến tầng 4 để gặp thầy giáo.
我現在想去吃東西。	Tôi muốn đi ăn gì đó.
你暑假想去花蓮玩嗎？	Bạn có muốn đi Hoa Liên trong kỳ nghỉ hè này không?

🍎 [東西 dōngxi một điều gì đó, một việc gì đó; cái gì đó] [暑假 shǔjià kỳ nghỉ hè]
[花蓮 huālián 花蓮縣 Huālián Xiàn Hoa Liên (phía Đông Đài Loan)]

Một dạng câu hỏi của 想 là 想不想? (Xiǎng bù xiǎng), tương đương với 想嗎?

你想不想學華語? Bạn có muốn học tiếng Hoa không?

老師，您想不想和我們去吃飯? Cô có muốn ăn cơm với chúng em không?

志學，你明天想不想一起去看電影?
Chí Học, bạn muốn đi xem phim với tôi vào ngày mai không?

🍎 [明天 míngtiān ngày mai]   [看電影 kàndiànyǐng xem phim]

4. Trợ động từ 可以 (kěyǐ)

可以 có nhiều nghĩa. Trong bài học này, 可以 diễn tả khả năng hoặc được dùng để hỏi về sự sẵn sàng của ai đó, tương tự như "có thể" trong tiếng Việt. "可以不可以" hoặc "可不可以" theo mẫu "A 不 A" được dùng trong các câu hỏi chính phản, tương đương với câu hỏi đuôi "可以嗎".

你可不可以開車載我去? Bạn có thể lái xe chở tôi đi không?

我可以開車載你去臺北。 Tôi có thể chở bạn đến Đài Bắc.

老師，您可以再說一次嗎? Cô có thể nhắc lại một lần được không?

偉立，請說慢一點，可以嗎? Vĩ Lập, làm ơn nói chậm một chút, được không?

🍎 [臺北 táiběi Đài Bắc]   [再說一次 zàishuōyícì nhắc lại một lần]
[慢一點 mànyìdiǎn chậm một chút]

第1課 第2課 第3課 第4課 第5課 第6課 第7課 第8課 第9課 第10課 第11課 第1

● 換你試試看 *Đến lượt bạn!*
huàn nǐ   shìshìkàn

Thử thách 1

Chọn phiên âm đúng.

1. (　　) 課　　　　A. gè　　　B. hè　　　C. kè
2. (　　) 放假　　　A. fángjià　 B. fàngjià　 C. fǎngjiā
3. (　　) 不用　　　A. búyòng　 B. bùyǒng　 C. bùyòng
4. (　　) 而且　　　A. ěrqiě　　 B. èrqiě　　 C. érqiě
5. (　　) 館　　　　A. guàn　　 B. guǎn　　 C. guān
6. (　　) 最　　　　A. zuò　　　 B. zòu　　　 C. zuì

Thử thách 2

I. Dựa theo nội dung bài đối thoại, dùng các cụm từ thích hợp chứa từ
"會" trong bảng bên dưới hoàn thành các câu sau.
Mẫu câu:

會不會很遠 huì bú huì hěn yuǎn	不太會說 bú tài huì shuō	會跟大家 huì gēn dàjiā
不會做飯 bú huì zuòfàn	不會幫你 bú huì bāng nǐ	會不會來 huì bú huì lái

1. 王小姐：你的女 朋友 很會做飯，你呢？你會不會？
　　　　　nǐ de nǚ péngyǒu hěn huì zuòfàn　nǐ ne　nǐ huì búhuì

　　白先生：我 ＿＿＿＿＿＿＿＿＿＿，可是我很會吃飯。
　　　　　　　　　　　　　　　　　kě shì wǒ hěn huì chīfàn

2. 陳先生：你會不會 說 華語？教我好不好？
　　　　　nǐ huì bú huì shuō huáyǔ　jiāo wǒ hǎo bù hǎo

　　白小姐：對不起，我也 ＿＿＿＿＿＿＿＿＿，
　　　　　　duì bù qǐ

　　你可以去問 高偉立。
　　nǐ kěyǐ qù wèn gāo wěilì

3.陳小姐：林先生，請問林太太 ＿＿＿＿＿＿＿＿？

　林先生：她會來，她一定會來。
　　　　　　　　tā　yídìng　huìlái

4.王先生：那家小吃店[diàn tiệm] ＿＿＿＿＿＿＿？
　　　　　nà jiā xiǎochī diàn

　王太太：有一點遠喔！我們開車去，好不好？
　　　　　yǒu yìdiǎn yuǎn ō　　wǒ men kāichē qù

5.老師：你明天 ＿＿＿＿＿＿＿ 一起去嗎？
　　　　míngtiān

　學生：會啊！我很 想 去看故宮的展覽。
　　　　wǒ hěn xiǎng qù kàn gùgōng de zhǎnlǎn

II. Dùng từ nghi vấn "誰" đặt câu.

1.我想要上五樓。
→誰想要上五樓？

2.偉立暑假想去加拿大。
→

3.希京真的很想學會開車。
→

4.愷俐喜歡故宮裡面的文物。
→

5.楊老師沒想到今天會下雨[xiàyǔ mưa]。
→

Thử thách 3

Hỏi ba bạn cùng lớp về sở thích của họ, những gì họ có thể làm, và những gì họ muốn làm trong tương lai.

同學姓名	Sở thích	Khả năng	Ước muốn

- -

Mẫu câu:

興趣 Sở thích xìngqù	特長 Khả năng tècháng	願望 Ước muốn yuànwàng
喜歡做飯	會開車	想去故宮
喜歡吃三明治	會開飛機	想學書法
喜歡中國文物	會說英文	想學畫畫
喜歡爬山	會唱歌 (ca hát) chànggē	想當老師
喜歡看書 (đọc sách) kànshū	會跳舞 (nhảy múa) tiàowǔ	想賺很多錢

Thử thách 4

Đọc đoạn hội thoại sau và điền tên từng vật phẩm của 故宮文物.

楊老師：愷俐早！
yáng lǎoshī kǎilì zǎo

愷俐：老師早！
kǎilì lǎoshī zǎo

楊老師：你們昨天去了故宮，對不對？
yáng lǎoshī nǐmen zuótiān qù le gùgōng duìbúduì

愷俐：對啊！故宮裡的文物都很美，我最喜歡的文物就是
kǎilì duì a gùgōnglǐ de wénwù dōu hěnměi wǒ zuìxǐhuān de wénwù jiù shì

書法和陶瓷。
shūfǎ hàn táocí

楊老師：除了書法之外，故宮裡面的畫也很有名。
yáng lǎoshī chú le shūfǎ zhī wài gùgōng lǐmiàn de huà yě hěn yǒumíng

清明上河圖，你們看了嗎？
qīngmíngshànghétú nǐmen kàn le ma

志學：我們當然看了，可是我最喜歡的是玉器。
zhìxué wǒmen dāngrán kàn le kěshì wǒ zuì xǐhuān de shì yùqì

翠玉白菜 真的 很 漂亮 呢！
cuìyùbáicài zhēnde hěn piàoliàng ne

愷俐：好可惜喔！故宮離學校有點遠，不然我真希望每天都
kǎilì hǎo kě xí o gùgōng lí xuéxiào yǒu diǎn yuǎn bù rán wǒ zhēn xiwàng měitiān dōu

去呢！
qù ne

楊老師：老師下次可以跟你們一起去故宮。
yáng lǎoshī lǎoshī xiàcì kěyǐ gēn nǐmen yìqǐ qù gùgōng

志學：太好了，一定會很有意思。
zhìxué tàihǎo le yídìng huì hěn yǒu yìsī

補充生詞 Từ vựng bổ sung	
陶瓷 táocí	(gốm sứ; đồ gốm)
玉器 yùqì	(ngọc bích)
翠玉白菜 cuìyùbáicài	(miếng ngọc xanh hình cây cải thảo)
清明上河圖 qīngmíngshànghétú	(Thanh Minh Thượng Hà Đồ, nghĩa là "tranh vẽ cảnh bên sông vào tiết Thanh minh")
離 lí	(khoảng cách; cự ly)

● 聽力練習 *Luyện nghe*
tīnglì   liànxí

I. Nghe và khoanh tròn đáp án đúng.

A. yāo   yáo   yǎo   yào

B. huī   huí   huǐ   huì

C. yuān   yuán   yuǎn   yuàn

D. yīng   yíng   yǐng   yìng

E. kē   ké   kě   kè

II. Nghe đoạn hội thoại và chọn đáp án đúng.

補充生詞 Từ vựng bổ sung
姊姊   chị gái jiějie
電話   điện thoại ／ 打電話   gọi điện thoại diànhuà   dǎ diànhuà
請問 您 找 哪位？   Xin hỏi anh tìm ai? qǐngwèn nín zhǎo nǎ wèi
她不在。   Cô ấy không có đây. tā búzài
請問 你 有 什麼 事嗎？   Xin hỏi anh có việc gì không? qǐngwèn nǐ yǒu shéme shì ma

(   ) 1. Buổi trò chuyện này có thể đã diễn ra ở đâu?

       A. Trước cửa.   B. Qua điện thoại   C. Trong một cửa hàng.

(   ) 2. Huìmèi có ở nhà không?

       A. Có.   B. Không.   C. Không rõ.

(   ) 3. Ai đang nói chuyện với Kǎilì?

       A. Em gái của Huìmèi   B. Huìmèi   C. Hàng xóm của Huìmèi

(   ) 4. Kǎilì muốn gửi lời nhắn gì đến cho Huìmèi?

       A. Cô ấy muốn từ chối lời mời đi xem phim của Huìmèi.

       B. Cô ấy muốn mời Huìmèi đến nhà của mình.

       C. Cô ấy muốn Huìmèi gọi điện thoại cho mình.

(   ) 5. Người mà Kǎilì nói chuyện nghĩ tiếng Hoa của cô ấy thế nào?

       A. Rất tốt.   B. Không tốt.   C. Rất tệ.

第五課 你是哪一國人？
dì wǔ kè nǐ shì nǎ yì guó rén

 對話一 *Hội thoại 1*
duìhuà yī

(Trong lớp học của Trung tâm tiếng Hoa Hanlai.)

老師：大家好！
lǎoshī dàjiā hǎo

學生們：老師好！
xuéshēngmen lǎoshī hǎo

老師：上課之前，我想先跟大家介紹一位新同學，
lǎoshī shàngkè zhīqián wǒ xiǎng xiān gēn dàjiā jièshào yí wèi xīn tóngxué

　　　　大家 掌聲 歡迎 她！(Mọi người vỗ tay.)
dàjiā zhǎngshēng huānyíng tā

法杜：大家好，我叫法杜。
fǎdù dàjiā hǎo wǒ jiào fǎdù

志學：法杜，你好漂亮！你是哪一國人呢？
zhìxué fǎdù nǐ hǎo piàoliàng nǐ shì nǎ yì guó rén ne

愷俐：我猜法杜應該是美國人吧？
kǎilì wǒ cāi fǎdù yīnggāi shì měiguó rén ba

法杜：我不是美國人，我是**甘比亞**[17]人。
fǎdù　　wǒ bú shì měiguó rén　　wǒ shì　gānbǐyǎ　rén

我會說**英語**[18]，也會說**一點**[19]華語。
wǒ huì shuō yīngyǔ　　yě huì shuō　yìdiǎn　huáyǔ

愷俐：沒想到你是甘比亞人！
kǎilì　méi xiǎngdào nǐ shì　gānbǐyǎ　rén

甘比亞在**非洲**[20]，對不對？
gānbǐyǎ　zài fēizhōu　duì bú duì

法杜：**沒錯**[21]！
fǎdù　méi cuò

老師：我想請大家向法杜**自我介紹**[22]**一下**[23]，好嗎？
lǎoshī　wǒ xiǎng qǐng dàjiā xiàng fǎdù　zìwǒ　jièshào　yíxià　hǎo ma

希京[24]：好，我先！我叫**金**[25]希京，我是**韓國**[26]人！
xījīng　hǎo　wǒ xiān　wǒ jiào jīn　xījīng　wǒ shì hánguó rén

愷俐：你好，我叫白愷俐，我是**加拿大**[27]人！
kǎilì　nǐhǎo　wǒ jiào bái　kǎilì　wǒ shì　jiānádà　rén

●生詞 *Từ vựng*
shēngcí

1 們 (đặt sau một đại từ hay danh từ để chỉ số nhiều)

2 之前 trước, trước khi

3 我 tôi, mình, ...

4 先 đầu tiên

5 介紹 giới thiệu

6 位 Vị (lượng từ chỉ người, tỏ ý tôn kính)

7 新 mới

8 掌聲 vỗ tay

9 法杜 Pháp Đỗ (tên của cô gái người Gambia)

10 漂亮 đẹp

11 哪 nào

12 國 nước

13 人 người

14 猜 đoán

15 應該 có thể, nên; cần phải

16 美國 Mỹ

17 甘比亞 Gambia

18 英語 Tiếng Anh

19 一點 một chút

20 非洲 Châu Phi

21 沒錯 đúng rồi

22 自我介紹 tự giới thiệu bản thân

23 一下 một chút, làm nhẹ đi câu cầu khiến hay mệnh lệnh

24 希京 Higyeong (tên của cô gái Hàn Quốc)

25 金 họ Kim

26 韓國 Hàn Quốc

27 加拿大 Canada

志學：法杜，你好，叫我志學就好。我來自美國。
zhìxué　fǎdù　nǐhǎo　jiào wǒ zhìxué jiù hǎo　wǒ láizì měiguó

偉立：我叫偉立，我和志學一樣是美國人。
wěilì　wǒ jiào wěilì　wǒ hàn zhìxué yíyàng shì měiguó rén

請多多指教！
qǐng duōduō zhǐjiào

法杜：也請您多多指教！大家都好親切呢！
fǎdù　yě qǐng nín duōduō zhǐjiào　dàjiā dōu hǎo qīnqiè ne

老師：既然大家都認識了，我們就開始上課吧！
lǎoshī　jìrán dàjiā dōu rènshì le　wǒmen jiù kāishǐ shàngkè ba

請同學翻到第十六頁！ (Chuông reo kết thúc lớp học.)
qǐng tóngxué fān dào dì shíliù yè

老師：真快，下課鐘響了！我們明天再見。
lǎoshī　zhēn kuài　xiàkè zhōng xiǎng le　wǒmen míngtiān zài jiàn

對了，同學回家記得要複習哦。
duì le　tóngxué huí jiā jìdé yào fùxí ó

愷俐：老師，我們今天有回家作業嗎？
kǎilì　lǎoshī　wǒmen jīntiān yǒu huíjiā zuòyè ma

老師：沒有，但要練習單字，明天考造句！
lǎoshī　méiyǒu　dàn yào liànxí dānzì　míngtiān kǎo zàojù

●生詞 *Từ vựng*
shēngcí

28 來自　đến từ

29 一樣　giống như

30 請　xin vui lòng, mời

31 多多指教　Xin chỉ bảo thêm,
thường dùng trong

lần đầu gặp mặt

32 您　Ông, bà, anh, chị (kính trọng)

33 親切　thân thiết, gần gũi

34 既然　đã... / bây giờ thì...

35 開始　bắt đầu

36 翻到　chuyển sang (trang ...)

37 第　thứ

38 十六　mười sáu

39 頁　trang

40 快　nhanh

41 下課　tan lớp	46 見　gặp	51 但　nhưng
42 鐘　chuông	47 記得　nhớ	52 單字　từ vựng
43 響　reo, vang	48 複習　ôn tập	53 考　kiểm tra
44 明天　ngày mai	49 回家作業　bài tập về nhà	54 造句　đặt câu
45 再　lại	50 沒有　không, không có	

 ● **對話二** *Hội thoại 2*
　　　duìhuà　èr

(Để làm quen với Pháp Đỗ, Claire mời cô ấy dùng bữa trưa. Họ đang dùng bữa ở nhà hàng Nhật.)

愷俐：法杜，你為什麼會想來臺灣學中文呢？
kǎilì　　fǎdù　　nǐ　wèishéme huì xiǎng lái táiwān xué zhōngwén ne

法杜：因為我想在臺灣念醫學，所以才來學中文。
fǎdù　　yīnwèi wǒ xiǎng zài táiwān niàn yīxué　　suǒyǐ cái lái xué zhōngwén

愷俐：你自己一個人來臺灣嗎？
kǎilì　　nǐ　zìjǐ　yí ge rén lái táiwān ma

法杜：對呀，我家人都不在身邊。
fǎdù　　duì ya　　wǒ jiārén dōu bú zài shēnbiān

　　　我爸爸和我媽媽在阿根廷工作。
　　　wǒ　bàba hàn wǒ māma zài āgēntíng gōngzuò

愷俐：這麼遠！
kǎilì　　zhème yuǎn

● **生詞** *Từ vựng*
　shēngcí

55 為什麼　tại sao	62 才　mới (nảy sinh chuyện mới; vốn hoàn toàn không như vậy)	66 在身邊　bên cạnh; bên mình
56 來　đến		67 爸爸　ba, bố …
57 臺灣　Đài Loan		68 媽媽　mẹ
58 學　học	63 自己　tự mình; bản thân	69 阿根廷　Argentina
59 因為　vì, bởi vì	64 一個人　một mình	70 工作　làm việc
60 念　học	65 家人　thành viên gia đình	71 這麼　như vậy
61 醫學　y học; y khoa		

法杜：是啊。我哥哥在挪威留學，姊姊在印度工作。
fǎdù　shì a　wǒ gēge zài nuówēi liúxué　jiějie zài yìndù gōngzuò

我妹妹還住在甘比亞，但是明年她就要去
wǒ mèime hái zhù zài gānbǐyǎ　dànshì míngnián tā jiù yào qù

俄羅斯念書了。
èluósī niàn shū le

愷俐：哇，你們一家人都好有趣！
kǎilì　wā　nǐmen yì jiā rén dōu hǎo yǒuqù

爸爸媽媽在南美洲、姊姊在亞洲、哥哥在
bàba māma zài nán měizhōu　jiějie zài yǎzhōu　gēge zài

歐洲！
ōuzhōu

法杜：對啊！分散於各洲呢！
fǎdù　duì a　fēnsàn yú gè zhōu ne

愷俐：有機會的話，我也要去更多地方玩！
kǎilì　yǒu jīhuì dehuà　wǒ yě yào qù gèng duō dìfāng wán

法杜：那很好啊！愷俐，你想去哪裡？
fǎdù　nà hěn hǎo a　kǎilì　nǐ xiǎng qù nǎlǐ

●生詞 Từ vựng
shēngcí

72 哥哥 anh trai	81 念書 học bài; đọc sách	89 洲 châu, lục địa
73 挪威 Na Uy	82 有趣 thú vị	90 機會 cơ hội
74 留學 du học	83 南美洲 Nam Mỹ	91 的話 nếu
75 姊姊 chị gái	84 亞洲 châu Á	92 更 càng; thêm; hơn nữa
76 印度 Ấn Độ	85 歐洲 châu Âu	93 地方 nơi
77 妹妹 em gái	86 分散 phân tán; phân chia; không tập trung	94 玩 chơi
78 但是 nhưng		95 哪裡 ở đâu
79 明年 năm tới	87 於 ở tại; vào; ở	
80 俄羅斯 Nga	88 各 mỗi	

愷俐：嗯嗯…… (Nhìn quanh suy nghĩ)
kǎilì　　en　en

以後我想去日本留學！怎麼樣？
yǐhòu wǒ xiǎng qù rìběn liúxué zěnmeyàng

法杜：太好了！以後我可以去日本找你，
fǎdù　 tài hǎo le　 yǐhòu wǒ kěyǐ qù rìběn zhǎo nǐ

順便去吃道地的日本料理！
shùnbiàn qù chī dàodì de rìběn liàolǐ

● 生詞 *Từ vựng*
shēngcí

96 嗯 ừ

97 以後 sau đó, sau này

98 日本 Nhật

99 怎麼樣 Thế nào?

100 順便 thuận tiện; tiện thể; nhân tiện

101 道地 chính gốc; chính cống

102 的 của

103 料理 ẩm thực (đặc biệt là Nhật Bản hay Hàn Quốc)

● 文法 *Ngữ pháp*
wénfǎ

1. 哪 (nǎ/něi) **: nào**

Khi cần hỏi một thông tin cụ thể, chúng ta sẽ dùng mẫu câu "哪 (一) + lượng từ" (tương đương với "cái nào" trong tiếng Việt) để yêu cầu người nghe chọn một đáp án chính xác nhất.

Do đó, "你是哪一國人" có nghĩa là "Bạn là người nước nào?" "國" trong câu này là từ phân loại biểu thị quốc tịch; "哪一", một từ nghi vấn thông dụng được thêm vào trước 國, có chức năng xác định quốc tịch của ai đó.

你是	哪一國	人？	Bạn là người nước nào?
我是	美國		Tôi là người Mỹ.
	加拿大	人。	Tôi là người Canada.
	甘比亞		Tôi là người Gambia.

🍎 Một số người bản xứ nói "你是哪國人？" Thay vì "你是哪一國人？"

🍎 Quốc tịch → 國名 (tên quốc gia) + 人

Để chỉ ra quốc tịch của một người nào đó, chữ "人" (rén) được đặt sau tên của quốc gia đó.

Ví dụ:

nước Mỹ	美國	(Měiguó)
người Mỹ	美國人	(Měiguó rén)
Trung Quốc	中國	(Zhōngguó)
người Trung Quốc	中國人	(Zhōngguó rén)

2. 哪裡 (nǎlǐ) : ở đâu

哪裡 là từ nghi vấn dùng để hỏi phương hướng hoặc địa điểm.

Ví dụ:

偉立，你住在哪裡？　Vĩ Lập, anh sống ở đâu?
妳週末想去哪裡？　Cuối tuần em muốn đi đâu?
不好意思，請問這裡是哪裡？　Xin lỗi, cho hỏi nơi này là đâu?

Một số người Đài Loan nói "你是哪裡人？" khi họ biết quốc tịch của người nghe, lúc này từ "哪裡" dùng để hỏi thành phố hoặc khu vực cụ thể mà người nghe ở.

3. 為什麼 (wèishéme) : tại sao

為什麼 là một câu hỏi thường dùng, nó được đặt trước động từ hoặc tính từ, dùng để hỏi lý do. Mẫu câu 因為……所以 thường được dùng để trả lời cho câu hỏi này.

Q: 你為什麼想學英文？　Tại sao bạn muốn học tiếng Anh?
A: 因為我想要有更多的機會去國外工作。 Vì tôi muốn có thêm nhiều cơ hội để tìm việc làm ở nước ngoài.
Q: 你妹妹為什麼喜歡日本？　Tại sao em gái của bạn thích nước Nhật?
A: 因為她真的很喜歡吃日本料理，所以才喜歡日本。 Vì em ấy thích món ăn Nhật, nên em ấy mới thích nước Nhật.

[國外 guówài nước ngoài]

4. 在 (zài) . 於 (yú) : ở, tại, ...

在 và 於 đều là giới từ có nghĩa là ở; vào, biểu thị thời gian địa điểm, phạm vi.., chúng cũng có chức năng như động từ khi đứng trước từ chỉ địa điểm cụ thể, ví dụ như "在家" hoặc "在臺灣".

"於" theo văn nói nhiều hơn, thường được dùng trong các bài báo hoặc văn bản.

在 *là giới từ*	法杜的家人都分散**於**世界各洲呢！ Người nhà của Pháp Đỗ đều phân tán ở (tại) khắp các châu lục trên thế giới!
	我的爸爸和媽媽都**在**美國工作。 Ba mẹ tôi đều làm việc ở (tại) Mỹ.
在 *là động từ*	她的家人都**在**日本。 Người nhà của cô ấy đều ở Nhật.
	請問白愷俐**在**家嗎？= **在不在**家？ Claire có ở nhà không?

🍎 Mẫu câu hỏi A 不 A , như "在 不 在" có nghĩa như "在 嗎", thường được dùng để hỏi ai đó có mặt không.

Câu trả lời khẳng định "在" có nghĩa là "có, có mặt."

5. 一下 (yíxià) : một chút, một lát

一下 được dùng sau động từ để chỉ một hành động có thời gian ngắn và hoặc đề nghị "thử một điều gì đó". "我來介紹一下" và "我們來認識一下新同學" là cách nói thường được dùng khi mọi người gặp nhau lần đầu tiên, vì 一下 khiến câu cầu khiến trở nên mềm mỏng hơn, lịch sự hơn. Các động từ khác theo sau "一下" như trong các ví dụ sau.

請大家向法杜自我**介紹**一下。 Mọi người hãy tự giới thiệu bản thân với Pháp Đỗ đi.
志學，你可以唸一下二十五頁的課文嗎？ Chí Học, em có thể đọc bài khóa ở trang 25 không?
我們想一下明天要去哪裡玩吧！ Chúng ta hãy nghĩ xem ngày mai đi đâu chơi đi!
請問一下，高鐵站在哪裡？ Xin hỏi một chút, trạm tàu cao tốc ở đâu?

🍎 [高鐵站 gāotiě zhàn trạm tàu cao tốc]

6. 就 (jiù) : ngay, chính là

就 có nhiều nghĩa. Hôm nay chúng ta sẽ xem hai nghĩa chính của nó. 就 1 có nghĩa như "ngay" hoặc "chính là". 就 2 được dùng phổ biến hơn, nó là một phó từ quan hệ, thường được đặt trước động từ để chỉ ra điều kiện kết quả tương đương.

就1 *ngay,* *chính là*	我們**就**在這裡野餐好了。 Chúng ta hãy cắm trại ở đây đi.
	這裡**就**是我們的學校。 Đây chính là trường học của chúng tôi.
就2 *phó từ* *quan hệ*	我叫張志學，叫我志學**就**好。 Tôi là Trương Chí Học, gọi tôi Chí Học là được.
	既然大家都認識了，我們**就**來上課吧！ Mọi người đã quen biết nhau cả rồi, vậy chúng ta bắt đầu học thôi!

7. 了 (le) : đánh dấu sự thay đổi trạng thái

Khác với cách dùng từ 了 (biểu thị hành động đã hoàn thành) ở bài trước, từ 了 trong bài học này đánh dấu sự thay đổi trạng thái hoặc sự xuất hiện của một tình huống mới, dùng ở cuối câu hoặc ngắt giữa câu.

鐘響了，趕快進教室吧！Chuông reo rồi, mau vào lớp học đi!
啊，我要走了，大家再見。A, tôi phải đi rồi, tạm biệt mọi người.

8. 有 (yǒu) : có

有 là động từ chỉ sự sở hữu hoặc tồn tại. Thể phủ định là "沒有" (méiyǒu), chứ không phải là "不有". Thể nghi vấn là "有……嗎" và "有沒有……".

明天有考試嗎？ Ngày mai có kiểm tra không?
愷俐，今天有沒有回家作業？ Claire, hôm nay có bài tập về nhà không?
啊，我沒有零錢搭公車了。Úi, tôi không có tiền lẻ đi xe buýt rồi.

🍎 [零錢 língqián tiền lẻ]

9. 但(dàn) = **但是**(dànshì) : **nhưng**

但 (是) là một từ liên kết thường được dùng để giới thiệu một cụm từ hoặc mệnh đề tương phản với điều kiện đã được nêu trước đó.

沒有，但要練習單字，明天考造句。

Không có, nhưng phải luyện tập từ vựng, ngày mai kiểm tra đặt câu.

陳老師的中文課很有趣，但中文真的有一點難。

Lớp tiếng Hoa của thầy Trần rất thú vị, nhưng tiếng Hoa quả thực hơi khó một chút.

我妹妹還住在甘比亞，但是明年她就要去俄羅斯念書了。

Em gái tôi vẫn đang ở Gambia, nhưng năm sau em ấy sẽ đi du học Nga.

Ngược lại với 但是, 但 thường được dùng nhiều trong văn nói hơn là văn viết.
Ví dụ:

今天沒有回家作業，但是，要記得練習單字。
今天沒有回家作業，但要記得練習單字。

Hôm nay không có bài tập về nhà, nhưng nhớ luyện tập từ vựng.

....

10. 怎麼樣(zěnmeyàng) : **Thế nào? Làm sao?**

怎麼樣 thường dùng để hỏi ý kiến hoặc quan điểm của người khác, tương tự như "如何" chúng ta đã được học ở bài 3. 怎麼樣 có thể xuất hiện độc lập hoặc là một câu hỏi đuôi sau mệnh đề chính.

媽媽，我想和姊姊一起去美國留學，怎麼樣？

Mẹ ơi, con muốn đi du học Mỹ với chị, (mẹ thấy) thế nào ạ?

明天我帶妳去吃漢堡，你覺得怎麼樣？

Ngày mai anh dẫn em đi ăn hamburger, em thấy sao?

🍎 [漢堡 hànbǎo bánh hamburger]　　　[覺得 juéde cảm thấy]

● 換你試試看 Đến lượt bạn!
huàn nǐ shìshìkàn

Thử thách 1

Chọn phiên âm đúng.

1. (　　) 翻　　**A.** pān　　　**B.** fān　　　**C.** huān

2. (　　) 一點　　**A.** yìdiǎn　　**B.** yídiǎn　　**C.** yìdiàn

3. (　　) 一樣　　**A.** yìyàng　　**B.** yíyàng　　**C.** yìyáng

4. (　　) 親切　　**A.** xīnqiè　　**B.** jīnqiè　　**C.** qīnqiè

5. (　　) 指教　　**A.** zhǐjiè　　**B.** zhǐjià　　**C.** zhǐjiào

6. (　　) 沒有　　**A.** méiyǒu　　**B.** méiyóu　　**C.** méiyòu

Thử thách 2

Dùng hình gợi ý, thay thế từ có màu xanh lá cây rồi trò chuyện với một bạn cùng lớp.

1. A：他是誰？
　 B：他是新來的同學。
　 A：他姓什麼？
　 B：他姓張。

鄭老師

→ A：

＿＿＿＿＿＿＿＿＿＿＿＿＿＿＿＿＿＿＿＿

　 B：

＿＿＿＿＿＿＿＿＿＿＿＿＿＿＿＿＿＿＿＿

　 A：

＿＿＿＿＿＿＿＿＿＿＿＿＿＿＿＿＿＿＿＿

　 B：

2. A：誰是賈小姐？
   B：我是賈小姐。
   A：請問你叫什麼名字？
   B：我叫賈法杜。

   → A：

     B：

     A：

     B：

高立山

[賈 jiǎ họ Giả]

3. A：你是不是美國人？
   B：不是，我是加拿大人。
   A：她也是加拿大人嗎
   B：是的，我和她都是加拿大人。

   → A：

     B：

     A：

     B：

日本人

4. A：你認識不認識金希京？
   B：我認識金希京。
   A：他／她是哪一國人？
   B：他／她是韓國人。

   → A：

     B：

     A：

     B：

中國人

楊教授

[楊教授 yáng jiàoshòu Giáo sư Dương]

5. A：他不是醫學系的學生，她呢？

B：她也不是醫學系的學生。

A：誰是醫學系的學生？

B：王小姐是醫學系的學生。

歷史系

李小姐

→ A：

B：

A：

B：

Từ vựng bổ sung
系　xì　khoa
主修　zhǔxiū　chuyên môn, chuyên khoa
醫學　yīxué　y học
化學　huàxué　hóa học
資訊科學　zīxùn kēxué　công nghệ thông tin
生物　shēngwù　sinh vật
歷史　lìshǐ　lịch sử
政治　zhèngzhì　chính trị
文學　wénxué　văn học
音樂　yīnyuè　âm nhạc
美術　měishù　mỹ thuật

Thử thách 3

Nối các đoạn hội thoại sau với năm ngữ cảnh bên dưới.

> 1. [Lần đầu tiên gặp gỡ]
> 2. [Trò chuyện về quốc tịch của nhau]
> 3. [Hỏi về sở thích của nhau]
> 4. [Trò chuyện về ngành học chính của nhau]
> 5. [Hỏi về gia đình của nhau]

(   ) A：你喜歡不喜歡 中國 文物？
nǐ xǐhuān bù xǐhuān zhōngguó wénwù

B：我很喜歡呢！我最喜歡的文物就是書法和國畫。
wǒ hěn xǐhuān ne　wǒ zuì xǐhuān de wénwù jiùshì shūfǎ hàn guóhuà

A：我也是。如果有機會的話，我可以帶你去故宮。
wǒ yě shì　rúguǒ yǒu jīhuì de huà　wǒ kěyǐ dài nǐ qù gùgōng

B：太好了，一定會很有意思。
tài hǎo le　yídìng huì hěn yǒu yì si

(   ) A：請問一下，你們是不是醫學系的學生？
qǐng wèn yí xià　nǐ men shì bú shì yīxué xì de xuéshēng

B：不是喔！我們是生物系的學生。
bú shì ō　wǒ men shì shēngwù xì de xuéshēng

A：那妳呢？
nà nǐ ne

C：我主修歷史。
wǒ zhǔ xiū lìshǐ

A：是喔！我是醫學系的學生，很高興認識你們。
shì ō　wǒ shì yīxué xì de xuéshēng　hěn gāoxìng rèn shì nǐmen

(   ) A：我們認識一下。我叫高立山。你叫什麼名字？
wǒ men rènshì yí xià　wǒ jiào gāo lìshān　nǐ jiào shé me míngzì

B：我叫 Joshua Chamberlain，

我的 中 文名字叫 張 志學，請多多指教。
wǒ de zhōng wén míngzì jiào zhāng zhìxué　qǐng duōduō zhǐjiào

(   ) A：你一個人來臺灣嗎？
nǐ yí ge rén lái táiwān ma

B：對啊！我的爸爸媽媽都住在美國。
duì ā　wǒ de bàba māma dōu zhù zài měiguó

A：那你有兄弟姐妹嗎？
nà nǐ yǒu xiōng dì jiě mèi ma

B：我有一個哥哥和一個姊姊。哥哥在挪威留學，
wǒ yǒu yí ge gē ge hàn yí ge jiě jie　　gē ge zài nuówēi liúxué

姊姊也來臺灣工作了。
jiě jie yě lái táiwān gōngzuò le

[兄弟姊妹 xiōngdì jiěmèi anh chị em] [個 ge cái (lượng từ)]

(　　) A：請問，您是哪一國人？
qǐng wèn　　nín shì nǎ yì guó rén

B：我是臺灣人。你呢？
wǒ shì táiwān rén

A：我是甘比亞人，很高興認識你。
wǒ shì gānbǐyǎ rén　　hěn gāoxìng rènshì nǐ

B：哇！沒想到甘比亞人的中文這麼厲害。
wā méi xiǎng dào gānbǐyǎ rén de zhōng wén zhème lìhài

Thử thách 4

Giới thiệu 3 sinh viên dưới đây đến 1 hoặc nhiều bạn cùng lớp của bạn bằng cách sử dụng thông tin trong mẫu đăng ký. Viết lại những gì bạn nói bằng phiên âm.

學生登記表　Mẫu đăng ký học viên

姓名 Tên	性別 Giới tính	國籍 Quốc tịch	主修 Ngành học	家人 Người nhà
張志學	男	美國	生物系	美國
白愷俐	女	加拿大	音樂系	美國
賈法杜	女	甘比亞	醫學系	哥哥—挪威 姊姊—印度

wǒ gēn nǐ jièshào yíxià.→

Thử thách 5

Nối các câu hỏi với lý do tương ứng.

1.（　　　）為什麼你想去日本玩？
wèishéme nǐ xiǎng qù rìběn wán

2.（　　　）為什麼你喜歡我？
wèishéme nǐ xǐhuān wǒ

3.（　　　）為什麼法杜要念醫學系？
wèishéme fádù yào niàn yīxué xì

4.（　　　）為什麼你哥哥希望賺很多錢？
wèishéme nǐ gēge xīwàng zhuàn hěn duō qián

5.（　　　）為什麼你想來臺灣？
wèishéme nǐ xiǎng lái táiwān

- -

A. 因為她想　當　醫生。
yīnwèi tā xiǎng dāng yīshēng

B. 因為妳很漂亮，說話也很有趣。
yīnwèi nǐ hěn piàoliàng shuōhuà yě hěn yǒuqù

C. 因為日本料理太好吃了。
yīnwèi rìběn liàolǐ tài hǎo chī le

D. 因為臺灣人很親切，東西也很便宜。
yīnwèi táiwān rén hěn qīnqiè dōngxī yě hěn piányí

E. 因為他想給他女朋友買一座博物館。
yīnwèi tā xiǎng gěi tā nǚ péngyǒu mǎi yí zuò bówùguǎn

[說話 shuōhuà nói chuyện]

● 聽力練習 *Luyện nghe*
tīnglì liànxí

Nghe đoạn đối thoại và đánh dấu các câu đúng với chữ "Đ" và sai với "S".

Từ vựng bổ sung	
覺得 juéde cảm thấy	電玩遊戲 diànwán yóuxì game
最近 zuìjìn gần đây	討論 tǎolùn thảo luận
難 nán khó	客氣 kèqì lịch sự, khách sáo
語言交換 yǔyán jiāohuàn bạn trao đổi ngôn ngữ	帥 shuài đẹp trai
害怕 hàipà sợ	必須 bìxū phải

(   ) 1. Từ khi bạn trao đổi ngôn ngữ của Zhìxué giúp anh ấy luyện tập tiếng Hoa, Zhìxué không cảm thấy bài kiểm tra khó như trước nữa.

(   ) 2. Bạn trao đổi ngôn ngữ của Zhìxué đến từ Gambia.

(   ) 3. Fatou nghĩ có một người bạn trao đổi ngôn ngữ thì khá là thú vị.

(   ) 4. Fatou hy vọng bạn trao đổi ngôn ngữ của cô ấy sẽ là một anh chàng đẹp trai.

(   ) 5. Bạn trao đổi ngôn ngữ của Zhìxué thích trò chuyện về leo núi.

第六課 她是我的室友
dì liù kè tā shì wǒ de shìyǒu

對話一 *Hội thoại 1*
duìhuà yī

(Pháp Đỗ muốn ở cùng với một bạn trong lớp, cô ấy hỏi bạn ấy một số thông tin.)

希京：法杜，早安！
xījīng fǎdù zǎoān

法杜：早！(ừm.) 怎麼辦呢？
fǎdù zǎo zěn me bàn ne

希京：發生了什麼事呢？
xījīng fāshēng le shéme shì ne

法杜：請問我可以跟你一起住嗎？
fǎdù qǐngwèn wǒ kěyǐ gēn nǐ yìqǐ zhù ma

這樣比較方便。我想 當你的室友！
zhèyàng bǐjiào fāngbiàn wǒ xiǎng dāng nǐ de shìyǒu

希京：好可惜！我已經有室友了。對了，你可以去
xījīng hǎo kěxí wǒ yǐjīng yǒu shìyǒu le duì le nǐ kěyǐ qù

問愷俐！說不定你可以當她的室友。
wèn kǎilì shuōbúdìng nǐ kěyǐ dāng tā de shìyǒu

法杜：謝謝你！那我去問她！
fǎdù　　xièxie　nǐ　　nà　wǒ qù wèn tā

(Pháp Đỗ nói chuyện với Claire.)

法杜：愷俐，早安！聽說你一個人住，是嗎？
fǎdù　　kǎilì　　zǎoān　　tīngshuō nǐ yí ge rén zhù　　shì ma

愷俐：是啊！
kǎilì　　shì　a

法杜：我想 跟同學一起住，因為我覺得跟同學
fǎdù　　 wǒ xiǎng gēn tóngxué yìqǐ　zhù　　yīnwèi　wǒ jué de gēn tóngxué

一起住比較方便。
yìqǐ　zhù　bǐjiào fāngbiàn

愷俐：我也這麼想！
kǎilì　　 wǒ yě zhè me xiǎng

法杜：愷俐，我當你的室友好不好？
fǎdù　　kǎilì　　wǒ dāng nǐ de shìyǒu hǎo bù hǎo

愷俐：好哇！
kǎilì　　hǎo wā

法杜：真的很謝謝你！
fǎdù　　zhēn de hěn xièxie　nǐ

愷俐：不客氣！
kǎilì　　bú　kèqì

●生詞 Từ vựng
shēngcí

1 發生　xảy ra

2 事　sự kiện, sự cố, điều

3 嗎　không? (dùng cuối câu nghi vấn)

4 比較　hơn

5 方便　thuận tiện; thuận lợi

6 室友　bạn cùng phòng

7 可惜　đáng tiếc

8 已經　đã

9 問　hỏi

10 說不定　rất có thể là, có lẽ

11 聽說　nghe nói

12 覺得　cảm thấy

13 真的　thực sự

對話二 Hội thoại 2
duìhuà èr

(Thứ bảy, khi Clarie đang giúp Pháp Đỗ dọn nhà thì Huệ Mỹ đến.)

法杜：愷俐，你的**房間**好漂亮！我好喜歡**這個**房間！
fǎdù   kǎilì   nǐ de fángjiān hǎo piàoliàng   wǒ hǎo xǐhuān zhège fángjiān

愷俐：真的嗎？你喜歡就好！
kǎilì   zhēn de ma   nǐ xǐhuān jiù hǎo

法杜：**當然**是真的！我覺得這個房間**比花園**還漂亮！
fǎdù   dāngrán shì zhēnde   wǒ jué de zhè ge fángjiān bǐ huāyuán hái piàoliàng

(Cả hai cùng cười vang. Chuông cửa reo lên.)

愷俐：請問是哪位？
kǎilì   qǐngwèn shì nǎ wèi

惠美：是我，惠美！
huìměi   shì wǒ   huìměi

愷俐：**等一下**！我**馬上開門**！(Mở cửa.)
kǎilì   děng yíxià   wǒ mǎshàng kāi mén

歡迎 歡迎，**不好意思**，我現在比較**忙**！
huānyíng huānyíng   bùhǎo yì si   wǒ xiànzài bǐjiào máng

惠美：**別這麼說**！**咦**？請問這位是……？
huìměi   bié zhè me shuō   yí   qǐngwèn zhè wèi shì

愷俐：她是我的室友，她叫**賈法杜**！她是**從甘比亞**來的！
kǎilì   tā shì wǒ de shìyǒu   tā jiào jiǎ fǎdù   tā shì cóng gānbǐyǎ lái de

法杜：你好！叫我法杜就可以了。
fǎdù   nǐhǎo   jiào wǒ fǎdù jiù kěyǐ le

我**今年十九歲**。請問你叫什麼名字？
wǒ jīnnián shíjiǔ suì   qǐngwèn nǐ jiào shéme míngzì

惠美：法杜你好！我姓范³²，叫作³³惠美，我今年二十³⁴
huìměi　　fǎdù　nǐhǎo　wǒ xìng fàn　jiàozuò huìměi　wǒ jīnnián èrshí

歲。很高興³⁵認識你！
suì　hěn gāoxìng rènshì nǐ

愷俐：惠美很年輕³⁶，不過³⁷法杜更年輕呢！
kǎilì　huìměi hěn niánqīng　búguò fǎdù gèng niánqīng ne

惠美：差不多³⁸啦！來，法杜，我送³⁹你一個⁴⁰禮物⁴¹！
huìměi　chābùduō la　lái　fǎdù　wǒ sòng nǐ yí ge lǐwù

(Cô ấy tặng Pháp Đỗ một viên kẹo.)

法杜：謝謝！我越來越⁴²喜歡這裡了！(Cô ấy ăn thử viên kẹo.)
fǎdù　xièxie　wǒ yuè lái yuè xǐhuān zhè lǐ le

這比什麼⁴³都好吃！
zhè bǐ shé me dōu hǎochī

惠美：那就太好了！需不需要⁴⁴我幫忙⁴⁵？
huìměi　nà jiù tài hǎo le　xū bù xūyào wǒ bāngmáng

愷俐、法杜：好啊，謝謝！
kǎilì　　fǎdù　hǎo a　xièxie

●生詞 *Từ vựng*
shēngcí

14 房間　phòng
15 這個　cái này, việc này, vật này, này
16 當然　đương nhiên; dĩ nhiên
17 比　hơn
18 花園　vườn, vườn hoa
19 等　chờ, chờ đợi
20 馬上　ngay lập tức
21 開　mở
22 門　cửa
23 不好意思　xin lỗi
24 忙　bận, bận rộn

25 別這麼說　đừng nói thế, không cần phải xin lỗi
26 咦　ơ; ồ (tỏ ý kinh ngạc)
27 賈　họ Giả
28 從　từ
29 今年　năm nay
30 十九　mười chín
31 歲　tuổi
32 范　họ Phạm
33 叫作　được gọi là
34 二十　hai mươi
35 高興　vui, vui mừng

36 年輕　trẻ
37 不過　nhưng
38 差不多　xấp xỉ; gần giống nhau (trình độ, thời gian, cự li)
39 送　Tặng
40 個　cái; con; quả; trái (lượng từ, dùng trước danh từ)
41 禮物　quà, món quà
42 越……越……　Càng ... càng ...
43 什麼　bất cứ điều gì
44 需要　cần
45 幫忙　giúp đỡ

● 文法 *Ngữ pháp*
wénfǎ

1. 比 (bǐ) : so; so với

Tiếng Hoa cũng có cấu trúc câu dùng để biểu thị sự so sánh giữa các sự vật, hiện tượng với nhau, chúng ta có thể dùng mẫu câu "N1 (**不**) **比** N2 +tính từ". Nếu sự vật được so sánh có tính chất tích cực, trạng từ **還** (hái) có thể thêm trước tính từ để tăng mức độ khác biệt.

N1	(不)比	N2	(還)	tính từ	
這個房間	比	花園	(還)	漂亮。	Căn phòng này đẹp hơn vườn hoa.
這個炒麵		那個炒飯	(還)	好吃。	Mì xào ngon hơn cơm chiên.
華語	不比	英語		難。	Tiếng Hoa không khó như tiếng Anh.
立山		志學		矮。	Lập Sơn thấp hơn Chí Học.

🍎 [矮 ǎi thấp, lùn]

Thể phủ định của câu so sánh, từ "**不比**" có thể được thay bằng "NP1 / VP1 **沒有** NP2 / VP2 **那麼** + tính từ" như trong các ví dụ sau:

N1	沒有	N2	那麼	tính từ	
臺北的天氣	沒有	花蓮的天氣	那麼	好。	Thời tiết ở Đài Bắc không đẹp như ở Hoa Liên.
百貨公司 的東西		夜市的東西		划算。	Hàng hóa trong trung tâm mua sắm không rẻ như trong chợ đêm.

🍎 [天氣 tiānqì thời tiết] [花蓮 Huālián Hoa Liên 花蓮縣 Huālián Xiàn Hoa Liên (phía Đông của Đài Loan)] [百貨公司 bǎihuògōngsī trung tâm mua sắm] [夜市 yèshì chợ đêm] [划算 huásuàn rẻ, có lợi]

2. 比較 (bǐjiào) : so sánh hơn

Ngược lại với "比", "比較" không phải là động từ chuyển tiếp, do đó nó không thể được theo sau bởi một danh từ. Người hoặc sự vật được so sánh thường được đề cập trước.

N1	比較(不)	*tính từ*	
這個房間	比較	漂亮。	Căn phòng này đẹp hơn.
林醫生		年輕。	Bác sĩ Lâm trẻ hơn.
寫書法	比較不	難。	Viết thư pháp không khó lắm.
跳舞		容易。	Nhảy múa không dễ lắm.

🍎 Trước mẫu câu này, bạn cũng có thể thêm "跟······比起來" để minh họa cho điều được so sánh. Ví dụ: "跟寫書法比起來，跳舞比較不容易".
[跳舞 tiàowǔ nhảy múa]

3. **越······越······**(yuè······yuè······) = **愈······愈······**(yù······yù······)
越 đề cập đến mức độ của một quá trình. Có hai mẫu câu sử dụng 越.
Một là "**越來越······**". Trong mẫu câu này, mức độ sẽ gia tăng theo thời gian, tương đương với "ngày càng..." trong tiếng Việt. Còn "**越 A 越 B**" có nghĩa như "càng A càng B".

越來越······ = 愈來愈······
我越來越喜歡這裡了。　Tôi ngày càng thích nơi này.
物價越來越高，但**薪水**越來越低。 Vật giá ngày càng cao, nhưng tiền lương ngày càng thấp.
天氣愈來愈**熱**了，你覺得呢？ Thời tiết ngày càng nóng, bạn có thấy vậy không?
我愈來愈覺得臺北是個有趣的**城市**。 Tôi ngày càng cảm thấy Đài Bắc là một thành phố thú vị.

🍎 [物價 wùjià vật giá]　　[薪水 xīnshuǐ tiền lương]
　　[熱 rè nóng]　　[城市 chéngshì thành phố]

越 A 越 B = 愈 A 愈 B
我們的房間當然是越大越好！Phòng của chúng ta đương nhiên càng lớn càng tốt!
我越看越喜歡這個禮物。Tôi càng nhìn càng thích món quà này.
她們愈談愈高興了。Họ càng nói càng vui.
妹妹愈吃愈胖了。Em gái tôi càng ăn càng mập ra.

🍎 A và B có thể là động từ hoặc tính từ.
　　[談 tán trò chuyện, nói chuyện]　　[胖 pàng mập]

4. 想 (xiǎng) vs. 要 (yào) : muốn

要 có nhiều nghĩa, một trong số đó có nghĩa là "muốn", đôi khi có thể thay thế bằng "想" như trong các ví dụ sau đây.

他要學中文。→ 他想學中文。
Anh ấy muốn học tiếng Hoa. → Anh ấy muốn học tiếng Hoa.

我要送禮物給法杜。→ 我想送禮物給法杜。
Tôi muốn tặng quà cho Pháp Đỗ. → Tôi muốn tặng quà cho Pháp Đỗ.

偉立要跟我們一起去爬山。→ 偉立想跟我們一起去爬山。
Vĩ Lập muốn cùng đi leo núi với chúng tôi. → Vĩ Lập muốn cùng đi leo núi với chúng tôi.

志學要介紹語言交換給法杜認識。→ 志學想介紹語言交換給法杜認識。
Chí Học muốn giới thiệu bạn trao đổi ngôn ngữ với Pháp Đỗ. →
Chí Học muốn giới thiệu bạn trao đổi ngôn ngữ với Pháp Đỗ.

Trong câu khẳng định, 要 tương tự như 想, nhưng 要 thể hiện sự khẳng định và mạnh mẽ hơn.
Trong câu phủ định, 不想 là một cách lịch sự để từ chối và được sử dụng thường xuyên hơn 不要.

5. 是……的 (shì……de) : nhấn mạnh các tình huống liên quan đến hành động của động từ chính.

Khi bạn muốn nhấn mạnh nơi diễn ra hành động, thời điểm hành động xảy ra, các phương tiện vận chuyển được sử dụng, hoặc mục đích của hành động, hãy đặt 是 trước những từ bạn muốn nhấn mạnh, và thêm 的 ở cuối câu hoặc sau động từ chính.

法杜	是	從甘比亞來	的。	Pháp Đỗ đến từ Gambia.
三明治	是	志學做	的。	Bánh sandwich (là) do Chí Học làm.
「年輕」	是	今天教	的。	Hôm nay dạy từ "trẻ".
這個	是	要送給希京	的。	Cái này (là) tặng cho Higyeoung.

● 換你試試看 *Đến lượt bạn!*
huàn nǐ shìshìkàn

Thử thách 1

Chọn phiên âm đúng.

1. ( ) 已   A. yí   B. yǐ   C. yì

2. ( ) 覺得   A. jiào de   B. juété   C. jué de

3. ( ) 高興   A. gāoxìng   B. gǎoxìng   C. gāoqìng

4. ( ) 可惜   A. kěxì   B. kěxǐ   C. kěxí

5. ( ) 聽說   A. dīngchuō   B. tīngshuō   C. tīngchuō

6. ( ) 不一定   A. búyīdìng   B. bùyídìng   C. bùyīdìng

Thử thách 2

I. Luyện mẫu câu

A：Dựa vào những bức ảnh sau, sử dụng mẫu "X (的 ......) 比 Y SV" để đặt câu.

Ví dụ :

花蓮的天氣／臺北的天氣 （好）

→花蓮的天氣比臺北的天氣好。

a. 日本車／美國車 （貴）

→

b.印度菜／中國菜 （好吃）

印度菜

中國菜

→

[菜 cài món ăn]

c.英語系的學生／歷史系的學生 （多）

英語系

歷史系

→

[系 xì khoa] [歷史 lìshǐ lịch sử]

d.看電影／看漫畫（有意思）

看電影

看漫畫

→

[電影 diànyǐng phim ảnh] [漫畫 mànhuà truyện tranh]
[有意思 yǒu yìsi thú vị]

e.紅色的衣服／黃色的衣服 （好看）

紅色衣服

黃色衣服

→

[衣服 yīfú quần áo] [紅色 hóngsè màu đỏ]
[黃色 huángsè màu vàng]

B：Dựa vào những bức ảnh sau, sử dụng mẫu "不比" hoặc "NP1 / VP1 沒有 NP2 / VP2 那麼 + tính từ" để đặt câu.

Ví dụ :

這個博物館／那個博物館（大）

→這個博物館沒有那個博物館那麼大。

a.哥哥／弟弟（高）

→

b.王先生／王太太（胖）

→

c.日本／臺灣（熱）

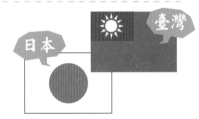

→

d.我的褲子／你的褲子（長）

→

[褲子　kùzi quần]

e.雞排／牛排（好吃）

→

[雞排　jīpái gà chiên]　　[牛排　niúpái bít tết]

Từ trái nghĩa					
大	小	dà xiǎo lớn nhỏ	輕	重	qīng zhòng nhẹ nặng
胖	瘦	pàng shòu mập ốm	快	慢	kuài màn nhanh chậm
高	矮	gāo ǎi cao thấp	冷	熱	lěng rè lạnh nóng
長	短	cháng duǎn dài ngắn	多	少	duō shǎo nhiều ít

II. Dùng mẫu câu "越來越……" viết lại câu.

Ví dụ :

我以前不喜歡喝奶茶。我現在喜歡喝奶茶了。

→我越來越喜歡喝奶茶了。

[以前 yǐqián trước đây, trước kia] [喝 hē uống] [奶茶 nǎichá trà sữa]

a.哥哥以前不忙。哥哥現在很忙了。

→

b.法杜以前覺得學漢字沒意思。她現在覺得學漢字
很有意思了。

→

[漢字 hànzì chữ Hán]

c.姊姊以前很瘦。她現在很胖了。

→

d.志學以前不認識臺灣人。他現在認識很多臺灣人了。

→

e.爸爸以前不喜歡去爬山。爸爸現在喜歡去爬山了。

→

Thử thách 3

I. Sắp xếp các câu sau để tạo thành một cuộc đối thoại hoàn chỉnh.

(　　) A. 愷俐，早安！

(　　) A. 愷俐，我的**頭**越來越**痛**了，怎麼辦呢？

(　　) B. 不客氣。　　　　[頭 tóu đầu] [痛 tòng đau]

(　　) A. 但我今天就不能去**上課**了。

(　　) B. 早啊！　　　　[上課 shàngkè đi học]

(　　) B. 法杜，你應該要去看醫生。

(　　) B. 別**擔心**，我可以幫你**請假**。[擔心 dānxīn lo lắng]

(　　) A. 真的很謝謝你。　　　　[請假 qǐngjià xin nghỉ]

II. Bài đọc.

Từ vựng bổ sung	
租　zū　thuê	才　cái　mới, vừa mới
間　jiān　căn (lượng từ)	千　qiān　ngàn
套房 tàofáng　phòng có toilet riêng	包括　bāokuò　bao gồm
雅房　yǎfáng　phòng dùng chung toilet	費　fèi　phí
家具　jiājù　nội thất	水電費　shuǐdiànfèi　tiền điện nước
房租　fángzū　tiền thuê phòng	網路費　wǎnglùfèi　tiền Internet

志學：我想**租**一**間套房**。
zhìxué　wǒ xiǎng zū　yìjiān　tàofáng

立山：你現在的**房間**不好嗎？
lìshān　nǐ xiànzài de　fángjiān　bùhǎo ma

志學：那**間雅房**有點小，我 想 找大一點的。
zhìxué　nàjiān yǎfáng yǒudiǎn xiǎo　wǒ xiǎng zhǎo dà yìdiǎn de

立山：(Points to a picture on a Web page) 這個**房間**比我的房間還漂亮。
lìshān　zhè ge fángjiān bǐ wǒde fángjiān hái piàoliàng

志學：有沒有**家具**？**房租**貴不貴？
zhìxué　yǒu méi yǒu jiājù　fángzū guìbúguì

立山：沒有家具，但是這個房間很便宜，房租才七千元。
lìshān　　méiyǒu　jiājù　　dànshì zhège fángjiān hěn piányí　　fángzū cái qīqiānyuán

志學：包括水電費嗎？
zhìxué　　bāokuò shuǐdiànfèi ma

立山：不包括，但是包括網路費了。
lìshān　　bùbāokuò　　dànshì bāokuò wǎnglùfèi le

志學：你可以跟我去看一下嗎？
zhìxué　　nǐ　kěyǐ　　gēnwǒ qù kàn yí xià ma

立山：當然可以。
lìshān　　dāngrán kěyǐ

---

1. (　　) Tại sao Zhìxué có ý định tìm một ngôi nhà mới?
   a. Bởi vì phòng cũ của anh ấy quá nhỏ.
   b. Bởi vì phòng cũ của anh ấy quá đắt.
   c. Bởi vì phòng cũ của anh ấy cách xa trường.

2. (　　) Lìshān cung cấp thông tin gì cho Zhìxué?
   a. Một ngôi nhà để bán.
   b. Một phòng cho thuê.
   c. Một công việc làm.

3. (　　) Điều gì không phù hợp với nhu cầu của Zhìxué?
   a. Phòng có đồ nội thất.
   b. Tiền thuê không đắt.
   c. Phòng có thông gió tốt.

4. (　　) Tiền thuê mỗi tháng là bao nhiêu?
   a. NT$10,000
   b. NT$7,000
   c. NT$5,000

5. (　　) Zhìxué có ý gì khi nói: " 你可以跟我去看一下嗎 "?
   a. Anh ấy nghĩ căn phòng đó ổn, có thể đi xem.
   b. Anh ấy không thích căn phòng.
   c. Anh ta nghĩ rằng căn phòng ấy nhỏ.

Thử thách 4

Tìm các chữ trong ô màu xanh lá cây có chứa các bộ thủ được liệt kê trong ô màu hồng và ghi chúng vào các ô vuông màu xanh lá cây bên dưới.

部首 Bộ thủ	手 部 shǒu bù	水 部 shuǐ bù	口 部 kǒu bù	人 部 rén bù	火 部 huǒ bù
意思 Nghĩa	tay	nước	miệng	người	lửa
字形 Cách viết	扌 手	氵 水	口	亻 人	火 灬
例字 Ví dụ	打 拿	海 漿	吃	你 今	燈 熱

打　河　他　介　拉
喝　水　唱　法　煮
但　災　提　照　叫

人 : □　□　□

手 : □　□　□

水 : □　□　□

火 : □　□　□

口 : □　□　□

● 聽力練習 *Luyện nghe*
　　tīnglì　liànxí

Nghe đoạn đối thoại và đánh dấu các câu đúng với chữ "Đ" và sai với "S".

Từ vựng bổ sung
請……吃飯　qǐng…chīfàn　mời dùng cơm
從今天起　cóng jīntiān qǐ　từ ngày hôm nay trở đi
太……了　tài…le　quá... , rất...
走吧　zǒuba　đi thôi, đi nào

(　　　) 1. Kǎilì mời Fǎdù bữa tối vì cô ấy muốn chào đón Fǎdù.

(　　　) 2. Fǎdù sẽ là bạn cùng lớp của Kǎilì.

(　　　) 3. Fǎdù không thích món ăn Pháp.

(　　　) 4. Kǎilì cũng cho rằng món ăn Trung Quốc rất đắt tiền.

(　　　) 5. Cuối cùng họ quyết định ăn món Trung Quốc.

Note

第七課 明天是星期幾？
dì qī kè   míngtiān shì xīngqí jǐ

對話一 *Hội thoại 1*
duìhuà   yī

(Lập Sơn gần đây rất bận và cảm thấy bị quá tải. Claire ghé qua để hỏi xem cô ấy có thể giúp được gì không, và cô ấy cũng có một việc cần làm ngay.)

恺俐：立山，你的樣子看起來不太好。怎麼了？
kǎilì   lìshān   nǐ de yàngzi kàn qǐlái bú tài hǎo   zěnme le

立山：我最近實在太忙了。因為這幾天要考試，
lìshān   wǒ zuìjìn shízài tài máng le   yīnwèi zhè jǐ tiān yào kǎoshì

　　　我昨天念了很多書。
　　　wǒ zuótiān niàn le hěn duō shū

恺俐：辛苦了！
kǎilì   xīnkǔ le

立山：而且我從星期一到星期五都要上很多課。
lìshān   érqiě wǒ cóng xīngqí yī dào xīngqí wǔ dōu yào shàng hěn duō kè

　　　星期六要語言交換，星期天又要工作。
　　　xīngqí liù yào yǔyán jiāohuàn   xīngqí tiān yòu yào gōngzuò

　　　我好想休息。
　　　wǒ hǎo xiǎng xiūxí

愷俐：我最近也很忙，只是¹⁸沒有你那麼¹⁹忙。
kǎilì　　wǒ zuìjìn yě hěn máng　zhǐshì méiyǒu nǐ nàme máng

立山：你也要 上很多課嗎？
lìshān　　nǐ yě yào shàng hěn duō kè ma

愷俐：還好²⁰，我只有²¹星期²²二、星期²³三、星期²⁴四的上午²⁵
kǎilì　hái hǎo　wǒ zhǐyǒu xīngqí èr　xīngqí sān　xīngqí sì de shàngwǔ

　　　有課²⁶，但是每天²⁷下午²⁸都要去補習班²⁹教英語³⁰。
　　　yǒu kè　dànshì měi tiān xiàwǔ dōu yào qù bǔxíbān jiāo yīngyǔ

立山：真好！我從 早上³¹ 到 晚上³² 都要上課呢³³！
lìshān　zhēnhǎo　wǒ cóng zǎoshàng dào wǎnshàng dōu yào shàngkè ne

愷俐：好辛苦哦！
kǎilì　hǎo xīnkǔ ó

立山：是啊，而且作業³⁴很多，真是³⁵受不了³⁶。
lìshān　shì a　érqiě zuòyè hěn duō　zhēnshì shòu bù liǎo

生詞 Từ vựng
shēngcí

1 樣子　thần sắc; dáng vẻ
2 起來　bởi, bằng cách
3 怎麼了　Chuyện gì vậy?, Sao thế?
4 最近　gần đây
5 實在　quả thực
6 這幾天　những ngày này
7 考試　kỳ thi, kiểm tra
8 昨天　hôm qua
9 辛苦　cực nhọc; vất vả
10 星期一　thứ hai
11 到　đến
12 星期五　thứ sáu
13 星期六　thứ bảy

14 語言交換　trao đổi ngôn ngữ
15 星期天　chủ nhật
16 又　lai, nữa
17 休息　nghỉ ngơi
18 只是　chỉ là
19 沒有……那麼……　không... như...
20 還好　tạm được
21 只有　chỉ có
22 星期二　thứ ba
23 星期三　thứ tư
24 星期四　thứ năm
25 上午　buổi sáng
26 課　lớp, khóa học

27 每天　mỗi ngày
28 下午　buổi trưa; chiều
29 補習班　trung tâm bồi dưỡng
30 教　dạy
31 早上　buổi sáng
32 晚上　buổi tối, ban đêm
33 呢　(dùng ở cuối câu diễn tả sự bất ngờ, ghen tị, v.v)
34 作業　bài tập
35 真是　thật là
36 受不了　không thể chấp nhận, không thể chịu được

愷俐：真可憐[37]！
kǎilì　　zhēn　kělián

立山：唉[38]。對了，你找我有事嗎？
lìshān　　ai　　duì le　　　nǐ zhǎo wǒ yǒu shì ma

愷俐：啊，差點[39]忘[40]了。下個[41]星期[42]是我的生日[43]，
kǎilì　　a　　chādiǎn wàng le　　xià ge　xīngqí shì wǒ de shēngrì

　　　我想 邀請[44]你來參加[45]我的生日派對[46]！
　　　wǒ xiǎng yāoqǐng nǐ lái cānjiā wǒ de shēngrì pàiduì

立山：是幾月[47]幾號[48]星期幾呢？
lìshān　　shì jǐ yuè jǐ hào xīngqí jǐ ne

愷俐：是四月[49]十六號星期一。你有空[50]嗎？
kǎilì　　shì sì yuè shíliù hào xīngqí yī　　nǐ yǒukòng ma

立山：我看看……那天[51]我 正好[52] 沒事！
lìshān　　wǒ kànkàn　　nà tiān wǒ zhènghǎo méi shì

愷俐：太好了！那就請你下個星期一 晚上 六點[53]
kǎilì　　tài hǎo le　　nà jiù qǐng nǐ xià ge xīngqí yī wǎnshàng liù diǎn

　　　來我家哦！
　　　lái wǒ jiā ó

立山：沒問題！
lìshān　　méi　wèntí

愷俐：那一言為定[54]！
kǎilì　　nà yìyán wéidìng

立山：一言為定！
lìshān　　yìyán wéidìng

●生詞 *Từ vựng*
shēngcí

37 可憐	đáng thương, tội nghiệp	46 派對	buổi tiệc
38 唉	ôi; than ôi; chao ôi; trời ơi (tiếng than thở)	47 月	tháng
		48 號	ngày
39 差點	gần như, suýt chút nữa	49 四月	tháng tư
		50 有空	rảnh, có thời gian
40 忘	quên	51 天	ngày
41 下個	kế tiếp	52 正好	vừa vặn; đúng lúc
42 星期	tuần		
43 生日	ngày sinh nhật	53 點	giờ
44 邀請	mời	54 一言為定	một lời chắc chắn, nghĩa như nhất ngôn cửu đỉnh
45 參加	tham gia		

對話二 *Hội thoại 2*
duìhuà èr

(Lớp của Claire quyết định đi tham quan Viện bảo tàng nghệ thuật Chu Minh vào kỳ nghỉ của họ. Claire và Chí Học đã được bầu làm người phụ trách chuyến đi. Họ đang sắp xếp lịch trình.)

志學：楊老師 剛剛 說我們幾號去朱銘美術館？
zhìxué yáng lǎoshī gānggāng shuō wǒ men jǐ hào qù zhūmíng měishùguǎn

愷俐：老師說，假期的第二天上午。
kǎilì lǎoshī shuō jiàqí de dìèr tiān shàngwǔ

志學：我忘了假期是從幾號到幾號。
zhìxué wǒ wàng le jiàqí shì cóng jǐ hào dào jǐ hào

愷俐：從三月三十一號到四月五號。
kǎilì cóng sān yuè sānshíyī hào dào sì yuè wǔ hào

所以假期的第二天是四月一號。
suǒyǐ jiàqí de dìèr tiān shì sì yuè yī hào

志學：四月一號不是愚人節嗎？
zhìxué sì yuè yī hào bú shì yúrén jié ma

愷俐：是愚人節啊！ (Cô mỉm cười.)
kǎilì shì yúrén jié a

放心，老師不會騙人的！
fàngxīn lǎoshī bú huì piànrén de

生詞 *Từ vựng*
shēngcí

55 剛剛 vừa; vừa mới

56 朱銘 Chu Minh (một nhà điêu khắc nổi tiếng người Đài Loan)

57 美術館 Viện bảo tàng mỹ thuật

58 假期 kỳ nghỉ

59 三月 tháng 3

60 三十一 31

61 愚人節 Ngày Cá tháng tư

62 放心 yên tâm

63 騙 lừa gạt; lừa dối

志學：那就好。我們要幾點⁶⁴集合呢？
zhìxué　　nà　jiù　hǎo　　wǒ men　yào　jǐ　diǎn　jíhé　ne

愷俐：我想……我們　早上　八點⁶⁵半，在⁶⁶語言⁶⁷中心
kǎilì　　wǒ xiǎng　　wǒmen　zǎoshàng　bā diǎn bàn，　zài　yǔyán　zhōngxīn

⁶⁸門口集合，好不好？
ménkǒu　jíhé　　hǎo bù hǎo

志學：好。對了，記得那天　上午　十一點以前要
zhìxué　　hǎo　duì le，　jì dé　nàtiān　shàngwǔ　shíyī diǎn yǐqián yào

訂便當。
dìng biàndāng

愷俐：沒問題。⁶⁹參觀　⁷⁰完⁷¹後，下午五點我們一起
kǎilì　　méi　wèntí　cānguān　wán hòu　xiàwǔ　wǔ diǎn wǒ men　yìqǐ

回家，OK？
huíjiā

志學：Okay！
zhìxué

愷俐：我有事，先走了。再見！
kǎilì　　wǒ yǒu shì　xiān zǒu le　zàijiàn

志學：再見！
zhìxué　　zàijiàn

●生詞 *Từ vựng*
shēngcí

64 集合　tập trung

65 半　nửa, một nửa, rưỡi

66 語言　ngôn ngữ

67 中心　trung tâm

68 門口　cửa

69 參觀　tham quan

70 完　kết thúc, xong

71 後　sau

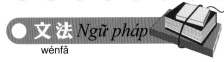

wénfǎ

1. 起來 (qǐlái) :

Cấu trúc này được dùng để biểu thị sự dự đoán hoặc đánh giá của người nói về chủ đề nào đó. Sau "起來" thường là tính từ hoặc một mô tả, bổ trợ cho mệnh đề. Chủ ngữ có thể được lược bỏ.

Chủ đề	Động từ		Mệnh đề mô tả
你的樣子	看		不太好。Anh trông có vẻ không khỏe.
我	想	起來	功課還沒做。 Tôi nhớ ra bài tập về nhà vẫn chưa làm.
她跳舞	跳		好美。Cô ấy nhảy rất đẹp.
妹妹的華語	說		像日語。 Cô ấy nói tiếng Hoa như nói tiếng Nhật vậy.

2. 了 (le)

* Trong bài 3, chúng ta đã học qua "了₁" thường dùng sau động từ hoặc cụm động từ biểu thị hành động đã hoàn thành.

* Trong bài học này, chúng ta thấy rằng "了₂" luôn xuất hiện ở cuối câu. Nó khẳng định một cách dứt khoát sự hoàn thành hoặc sự xuất hiện của tình huống mới.

你吃(飯)了₁嗎？Bạn đã ăn gì chưa?
我應該會考得很好，因為昨天我念了₁很多書。 Tôi chắc sẽ làm tốt bài kiểm tra, vì hôm qua tôi đã đọc rất nhiều sách.
這幾天我們去了₁很多地方。Mấy ngày qua tôi đã đi nhiều nơi.
明天要考試，你看書了嗎？Ngày mai phải kiểm tra, bạn đã học bài chưa?

是的，我吃了₂。Vâng, tôi đã ăn rồi.
你志學現在認識很多臺灣人了₂。Chí Học bây giờ đã quen được nhiều người Đài Loan rồi.
希京已經很會說華語了₂。 Higyeong đã có thể nói tiếng Hoa tốt rồi.
我到家了₂。Tôi về đến nhà rồi.

3. 從……到……(cóng…dào…)

Trong cấu trúc "從……到……", "從" và "到" dùng trước từ chỉ thời gian hoặc địa điểm để biểu thị khoảng thời gian hoặc khoảng cách.

從……到……					
我		星期一		星期五	都要上很多課。 Tôi có rất nhiều lớp học từ thứ Hai đến thứ Sáu.
林**醫生**每天	從	早上	到	晚上	都在看**病人**。 Bác sĩ Lâm mỗi ngày từ sáng đến tối phải khám rất nhiều bệnh nhân.
她晚上		八點		十點	都在**跳舞**。 Cô ấy đã nhảy từ 8 giờ đến 10 giờ đêm.
		臺北		**高雄**	可以坐**高鐵**或**飛機**。 Từ Đài Bắc đến Cao Hùng có thể đi tàu cao tốc hoặc máy bay.

[醫生 yīshēng bác sĩ] [病人 bìngrén bệnh nhân] [跳舞 tiàowǔ nhảy múa]
[高雄 gāoxióng Cao Hùng] [高鐵 gāotiě＝高速鐵路 gāosùtiělù tàu cao tốc]

4. 每……都……(měi……dōu……)

Khi đại từ "每" tu sức một danh từ, một lượng từ phải được sử dụng trước danh từ.
Ví dụ: 每個 朋友. Tuy nhiên, trước danh từ "天" và "年", lượng từ không thể được sử dụng, và trước "月" lượng từ có thể dùng hoặc không.
Ví dụ, chúng tôi nói "每天." "每" thường được sử dụng kết hợp với "都".

每……都……
每天下午都要去補習班教英語。 Mỗi buổi chiều tôi đều phải đến trung tâm dạy tiếng Anh.
我每天都有華語課。 Mỗi ngày tôi đều có lớp tiếng Hoa.
我們每(個)月都要去爬山。 Chúng tôi mỗi tháng đều đi leo núi.
臺灣每年七月到九月天氣都很熱。 Đài Loan mỗi năm từ tháng 7 đến tháng 9 thời tiết đều rất nóng.

5. 時間表示法(shíjiān biǎoshìfǎ)

Trong tiếng Hoa, thứ tự năm, tháng, ngày được sắp xếp theo trật tự sau: **năm – tháng – ngày – thứ**

＊Số + "年"(nián) = năm. Ví dụ: 2000年 = Năm 2000

＊Số + "月" = tháng. Ví dụ: 五月 = tháng 5

＊Số + "日" hoặc "號" = ngày. Ví dụ, ngày đầu tiên của tháng là 一日 (號), ngày thứ 2 là 二日 (號), v.v. "號" thường được sử dụng trong văn nói còn "日" được dùng trong văn viết. Ví dụ, bạn sẽ nói "四月一號" và viết "四月一日" để diễn đạt ngày "1 tháng 4".

＊Số + "星期" = thứ. Số 1 đến số 6 được dùng để diễn đạt thứ 2 đến thứ 7. Chủ nhật trong văn nói sẽ dùng "星期天" còn văn viết sẽ dùng "星期日".

Chủ ngữ	Thời gian	cụm động từ	Nghĩa
金小姐的生日是	一九八五年十二月三十一日。		Ngày sinh nhật của cô Kim là ngày 31 tháng 12 năm 1985.
我	二〇〇七年七月一日	來臺灣。	Tôi đến Đài Loan vào ngày 1 tháng 7 năm 2007.
我們學校	九月三日	開學。	Trường chúng tôi khai giảng vào ngày 3 tháng 9.
我和愷俐	星期五晚上	去看電影。	Claire và tôi đi xem phim vào tối thứ sáu.

Thời gian	Chủ ngữ	cụm động từ	Nghĩa
一九八五年十二月三十一日。	是金小姐	的生日。	Ngày 31 tháng 12 năm 1985 là sinh nhật của cô Kim.
二〇〇七年七月一日	我	來臺灣。	Ngày 1 tháng 7 năm 2007 là ngày tôi đến Đài Loan.
九月三日	我們學校	開學。	Ngày 3 tháng 9 là ngày khai giảng của trường chúng tôi.
星期五晚上	我和愷俐	去看電影。	Tối thứ sáu tôi và Claire đi xem phim.

[學校 xuéxiào trường học]   [開學 kāixué khai giảng]

[看電影 kàndiànyǐng xem phim]

"星期" có nghĩa giống như "禮拜" (lĭbài) và "週" (zhōu). Vì vậy "星期一" cũng giống như "禮拜一" và "週一", "星期二" cũng giống như "禮拜二" và "週二", v.v ... "星期日 (天)" cũng giống như "禮拜日(天)" và "週日". Tuy nhiên, "星期" được sử dụng thường xuyên nhất.

*Số thứ tự + "點" và số thứ tự + "分"

Khi nói về thời gian cần áp dụng các quy tắc sau:

9:00	九點	10:05	十點零五分
12:20	十二點二十分	3:30	三點半

年 月 日 星期 點 分 (Năm Tháng Ngày Tuần Giờ Phút)

華語考試時間是七月二十六日上午九點鐘。
Thời gian thi tiếng Hoa vào lúc 9 giờ sáng ngày 26 tháng 7.

我們星期天十點半去野餐，好嗎？
Chúng ta đi dã ngoại vào 10:30 sáng chủ nhật được không?

弟弟：爸媽**什麼時候**到臺灣？
Em trai: Khi nào bố mẹ đến Đài Loan?

姊姊：他們五月一日上午十點二十分的飛機。
Chị gái: Họ đáp chuyến bay lúc 10:20 sáng ngày 1 tháng 5.

小陳：我們什麼時候去**唱歌**？
Tiểu Trần: Khi nào chúng ta đi hát karaoke?

小白：星期五晚上七點。
Tiểu Bạch: Tối thứ sáu lúc 7:00.

[什麼時候 shéme shíhòu khi nào]   [唱歌 chànggē hát, ca hát]

6. 看看 (kànkàn)

Trong tiếng Hoa, động từ có thể được lặp lại. Cấu trúc lặp lại dành cho động từ đơn thường là "AA" hoặc "A 一 A." Tuy nhiên, cấu trúc lặp lại dành cho động từ đôi sẽ là "ABAB" và không cần dùng "一". Ví dụ "看看", "說說", "等一等" và "介紹介紹" thường được sử dụng nhiều nhất. Lặp lại động từ có chức năng biểu thị một hành động trong một khoảng thời gian ngắn hoặc gợi ý thử một điều gì đó. Điều này tương tự với cấu trúc thêm "一下" vào sau động từ.

Động từ lặp lại	Ví dụ	Nghĩa
看→看看	今天你想和我去博物館看看文物展嗎？	Hôm nay em có muốn đi bảo tàng xem triển lãm với anh không?
說→說說	請偉立來跟我們說說如何**學習**華語？	Mời Vĩ Lập nói một chút về cách bạn học tiếng Trung?
等→等一等	妳在那裡等一等，我馬上就到。	Em ở đó đợi một chút, anh sẽ đến ngay.
介紹→介紹介紹	請你介紹介紹你的新室友吧！	Hãy giới thiệu một chút về bạn cùng phòng mới của bạn đi!

🍎 [學習 xuéxí học, học tập]

● 換你試試看 *Đến lượt bạn!*
huàn nǐ shìshìkàn

Thử thách 1

Chọn phiên âm đúng.

1. (　　) 剛剛　　A. kānkāng　　B. gānggāng　　C. hānghāng

2. (　　) 假期　　A. jiāqǐ　　B. jiāqí　　C. jiàqí

3. (　　) 星期　　A. xīngqǐ　　B. xīnqí　　C. xīngqí

4. (　　) 補習班　　A. bǔxíbān　　B. pǔxíbān　　C. pǔxípān

5. (　　) 一言為定　　A. yìyán wéidìng　　B. yìyán wèidìng　　C. yìshuō wéidìng

6. (　　) 生日派對　　A. shēnrì pàiduì　　B. shēngrì pàiduì　　C. shēngrì bānduì

Thử thách 2

Đây là thời khóa biểu tuần của 法杜'.

時間 shíjiān ＼ 日期 rìqí	9月3日 星期一	9月4日 星期二	9月5日 星期三	9月6日 星期四	9月7日 星期五	9月8日 星期六	9月9日 星期日
早上 7:00	起床 qǐchuáng	起床	起床	起床	起床	起床	起床
早上 8:00							
上午10:00	中文課	中文課	中文課	中文課	中文課	花蓮 huālián 旅行 lǚxíng	太魯閣 tàilǔgé
中午12:00							
下午 3:00		書法課	書法課	書法課			
晚上 6:00					我的生日派對	泡溫泉 pào wēnquán	回台北
晚上11:00	睡覺 shuìjiào	睡覺	睡覺	睡覺			

Từ vựng bổ sung		
日期 rìqí ngày tháng	太魯閣 tàilǔgé công viên quốc gia Taroko
時間 shíjiān thời gian	
起床 qǐchuáng thức dậy	泡 pào ngâm / tắm
睡覺 shuìjiào đi ngủ	溫泉 wēnquán suối nước nóng

I. Dùng cấu trúc "從⋯⋯到⋯⋯", "每⋯⋯都⋯⋯", "Chủ ngữ + thời gian + cụm động từ" và "thời gian + chủ ngữ + cụm động từ" để trả lời các câu hỏi sau. Tham khảo câu mẫu bên dưới và thời khóa biểu ở trên.

法杜的書法課是**從**星期二**到**星期四。
  fǎdù   de   shūfǎ   kè shì cóng xīngqí èr dào xīngqí   sì

法杜從星期一到星期五**每天都**有中文課。
  fǎdù cóng xīngqí yī dào xīngqí wǔ měitiān dōu yǒu zhōngwénkè

法杜**九月六日**去花蓮。
  fǎdù   jiǔ yuè liù rì qù huālián

九月六日晚上法杜泡溫泉。
 jiǔ yuè liù rì wǎnshàng fǎdù   pào wēnquán

- -

a.法杜的中文課是什麼時候？

→

b.法杜每天都七點起床嗎？

→

c.法杜的生日是幾月幾日星期幾？

→

d.法杜幾月幾日星期幾去花蓮旅行？

→

e.法杜幾月幾日星期幾去太魯閣？

→

II. Dùng 早上, 上午, 中午, 下午, 晚上, và 點分 cùng với thời khóa biểu của 法杜's để trả lời các câu hỏi sau. Hãy xem câu mẫu bên dưới:

法杜星期二**下午三點**有書法課。
　　fǎdù　xīngqí　èr　xiàwǔ sān diǎn yǒu　shūfǎ　kè

法杜九月十日**晚上六點**回臺北。
　　fǎdù　jiǔ yuè　shí　rì wǎnshàng liùdiǎn huí　táiběi

法杜**早上七點**起床。
　　fǎdù　zǎoshàng　qī diǎn qǐchuáng

早上七點，法杜起床。
zǎoshàng qīdiǎn　　　　fǎdù　qǐchuáng

a. 法杜每天的中文課是幾點？
→

b. 法杜幾點起床？
→

c. 法杜的生日派對是什麼時候？
→

d. 法杜什麼時候去泡溫泉？
→

e. 法杜從星期一到星期四幾點睡覺？
→

Thử thách 3

Xây dựng câu: Thêm các từ trong ngoặc đơn để tạo một câu dài hoàn chỉnh hơn.

Ví dụ:

我們看電影。
　　kàn diànyǐng

[看電影 kàn diànyǐng xem phim]

（在志學家）→我們在志學家看電影。

（十一點五十分）→十一點五十分我們在志學家看電影。

（晚上）→晚上十一點五十分我們在志學家看電影。

（三十一號）→三十一號晚上十一點五十分我們在志學家看電影。

（十二月）→十二月三十一號晚上十一點五十分我們在志學家看電影。

（二零零八年）→二〇〇八年十二月三十一號晚上十一點五十分我
們在志學家看電影。

a.我學中文。

（在臺灣）→

（從六月到九月）→

（去年）→

b.我會介紹室友給大家。

（新）→

（認識）→

（晚上）→

（明天）→

c.他去補習班。

（昨天）→

（下午）→

（三點）→

（半）→

（學西班牙文）→

Thử thách 3

d. 我要參加派對。

（生日）→

（朋友的）→

（星期五）→

（下個）→

（十二點）→

（中午）→

Thử thách 4

Tìm các từ có các bộ thủ như bên dưới.

部首 Bộ thủ	心　部 xīn　bù		女　部 nǚ　bù		木　部 mù　bù		日　部 rì　bù		刀　部 dāo　bù	
意思 Nghĩa	bộ tâm		bộ nữ		bộ mộc		bộ nhật		bộ đao	
字形 Cách viết	忄	心	女		木		日		刂	刀
例字 Ví dụ	忙	惠	媽	婆	林	李	明	早	別	分

本 來　　妻 子　　意 思　　如 何
之 前　　機 會　　昨 天　　晚 到
剪 刀　　是 她　　最 怕　　星 期
楊 姊　　親 切　　好 慢　　五 樓

心 ：□ □ □ □

女 ：□ □ □ □ □

木 ：□ □ □ □

日 ：□ □ □ □

刀 ：□ □ □ □ □

tīnglì   liànxí

Nghe đối thoại và chọn câu trả lời tốt nhất.

Từ vựng bổ sung
後天   hòutiān   ngày kia, ngày mốt
忙過頭   mángguòtóu   quá bận
香水   xiāngshuǐ   nước hoa
項鍊   xiàngliàn   dây chuyền
蛋糕   dàngāo   bánh kem
逛   guàng   dạo, thường dùng : 逛(一)逛.
不行   bùxíng   không được
晚一點   wǎnyìdiǎn   muộn một chút
大忙人   dàmángrén   người bận rộn

1. (   ) Sinh nhật Kǎilì là ngày (a) 26 tháng 4. (b) 16 tháng 4. (c) 06 tháng 4.

    (d) 20 tháng 4.

2. (   ) Lishan nghĩ sinh nhật Kǎilì là vào (a) ngày mai. (b) hôm nay.

    (c) ngày kia. (d) hôm qua.

3. (   ) Fǎdù muốn mua quà gì cho Kǎilì? (a) Nước hoa. (b) Quần áo.

    (c) Một sợi dây chuyền. (d) Một cái bánh.

4. (   ) Họ sẽ mua quà ở đâu? (a) Tại một tiệm bánh. (b) Tại một công ty.

      (c) Tại một cửa hàng quần áo. (d) Tại một cửa hàng bách hóa.

5. (   ) Ai là người bận rộn? (a) Lìshān. (b) Kǎilì. (c) Fǎdù. (d) Huìměi.

第八課 這本書多少錢？
dì bā kè zhè běn shū duōshǎo qián

● **對話一** *Hội thoại 1*
duìhuà yī

(Higyeong và Vĩ Lập đang bàn về việc mua quà sinh nhật cho Claire vào ngày 16 tháng 4.)

希京：偉立，你會去愷俐的生日派對嗎？
xījīng　　wěilì　　nǐ huì qù kǎilì de shēngrì pàiduì ma

偉立：我當然會去！你也會去嗎？
wěilì　　wǒ dāngrán huì qù　　nǐ yě huì qù ma

希京：會去是會去，可是不知道應該送她什麼禮物。
xījīng　　huì qù shì huì qù　　kěshì bù zhīdào yīnggāi sòng tā shé me lǐwù

偉立：女生應該都喜歡花吧？
wěilì　　nǚshēng yīnggāi dōu xǐhuān huā ba

　　　我打算送她一束玫瑰花，怎麼樣？
　　　wǒ dǎsuàn sòng tā yí shù méiguī huā zěmeyàng

希京：不好，花太貴了，而且你老婆會吃醋。
xījīng　　bù hǎo　　huā tài guì le　　érqiě nǐ lǎopó huì chīcù

偉立：真的嗎？
wěilì　　zhēn de ma

希京：現在玫瑰花一朵大約四十塊錢。
xījīng　　xiànzài méiguī huā yì duǒ dàyuē sìshí kuài qián

偉立：你說得對¹⁴，真的很貴。
wěilì　nǐ shuō de duì　zhēn de hěn guì

希京：我想買¹⁵一件^{16 17}好看的衣服¹⁸給愷俐。
xījīng　wǒ xiǎng mǎi yí jiàn hǎokàn de yīfú gěi kǎilì

我們女生都很愛漂亮¹⁹，她一定會喜歡！
wǒ men nǚshēng dōu hěn ài piàoliàng tā yídìng huì xǐhuān

偉立：那我應該送什麼好呢？希京，你有沒有什麼建議²⁰？
wěilì　nà wǒ yīnggāi sòng shé me hǎo ne xījīng nǐ yǒu méiyǒu shé me jiànyì

希京：嗯……對了，聽說愷俐一直²¹想要一本^{22 23}好用的
xījīng　ēn duì le tīngshuō kǎilì yì zhí xiǎngyào yì běn hǎoyòng de

中文字典²⁴，你可以送一本給她！
zhōngwén zìdiǎn nǐ kěyǐ sòng yì běn gěi tā

偉立：好主意²⁵！我決定²⁶了，就送字典給她吧！
wěilì　hǎo zhǔyì wǒ juédìng le jiù sòng zìdiǎn gěi tā ba

希京：那我們一起去買東西²⁷吧！走吧！
xījīng　nà wǒ men yìqǐ qù mǎi dōng xī ba zǒu ba

偉立：好！
wěilì　hǎo

●生詞 Từ vựng
shēngcí

1 知道 biết
2 女生 cô gái, phụ nữ
3 花 hoa
4 打算 dự định
5 束 bó, bó hoa
6 玫瑰花 hoa hồng
7 貴 mắc
8 老婆 vợ
9 吃醋 ghen
10 朵 đóa, đóa hoa

11 大約 khoảng
12 四十 40
13 塊 đồng, tệ
14 你說得對 bạn nói đúng
15 買 mua
16 件 chiếc, cái (lượng từ cho quần áo)
17 好看 đẹp, đẹp mắt
18 衣服 quần áo
19 愛 yêu
20 建議 lời khuyên

21 一直 luôn luôn; suốt; liên tục
22 本 cuốn; vở; quyển; tập (dùng cho sách vở sổ sách)
23 好用 dùng tốt, dễ sử dụng
24 字典 từ điển
25 主意 ý kiến
26 決定 quyết định
27 東西 đồ, đồ vật

第1課 第2課 第3課 第4課 第5課 第6課 第7課 **第8課** 第9課 第10課 第11課 第1

● 對話二 *Hội thoại 2*
　　duìhuà èr

(Vĩ Lập và Higyeong đang ở trong nhà sách.)

偉立：希京，你覺得這本字典怎麼樣？
wěilì　　xījīng　　nǐ　jué de　zhè běn　zìdiǎn　zěn me yàng

希京：我覺得不好，字太小了。
xījīng　　wǒ　jué de　bù hǎo　　zì　tài xiǎo le

偉立：說得也是。那本怎麼樣？字看起來夠大了吧？
wěilì　　shuō de　yěshì　　nà běn zěn me yàng　zì　kàn　qǐlái　gòu dà　le ba

希京：看起來不錯！
xījīng　　kànqǐlái　　búcuò

偉立：那我就買那本字典好了。
wěilì　　nà　wǒ　jiù mǎi　nà běn　zìdiǎn　hǎo le

希京：好啊！不過，多少錢啊？
xījīng　　hǎo　a　　búguò　　duōshǎo qián　a

偉立：我問一下。對不起，請問這本書多少錢？
wěilì　　wǒ wèn　yíxià　　duìbùqǐ　　qǐngwèn zhè běn shū duōshǎo qián

店員：這本六百五十元。
diànyuán　　zhè běn liù bǎi　wǔshí yuán

偉立：那我要這本。
wěilì　　nà　wǒ yào zhè běn

店員：好的。收您一千元，找您三百五十元。
diànyuán　　hǎo de　　shōu nín yì qiān yuán　zhǎo nín sān bǎi　wǔshí yuán

　　　這是您的發票，歡迎再度光臨！
　　　zhè shì nín de fāpiào　huānyíng zàidù guānglín

偉立：**接下來**，我們要去哪裡呢？
wěilì　　jiēxiàlái　　wǒ men yào qù　nǎlǐ　ne

希京：**陪**我去**挑**衣服吧！我知道有一**家店**，
xījīng　　　péi wǒ qù tiāo yīfú　ba　　wǒ zhīdào yǒu yì jiā diàn

衣服**全部**都**打五折**呢！
yīfú　quánbù dōu dǎ wǔ zhé ne

偉立：真**便宜**，那我們走吧！
wěilì　　zhēn piányí　　nà wǒ men zǒu ba

希京：**出發**！
xījīng　　chūfā

● **生詞** *Từ vựng*
shēngcí

28 這 đây; này	45 千 ngàn
29 字 chữ; chữ viết; văn tự	46 找 trả lại, thối lại
30 小 nhỏ	47 三 ba
31 說得也是 nói cũng phải	48 發票 hóa đơn, biên lai
32 那 đó, kia	49 再度 lần thứ hai; lại lần nữa
33 夠 đủ	50 光臨 quang lâm; đến dự (cách dùng từ
34 不錯 tốt, khá, không tệ	trang trọng)
35 好了 được rồi	51 接下來 kế tiếp
36 多少錢 bao nhiêu tiền?	52 陪 đi cùng
37 對不起 xin lỗi	53 挑 chọn
38 書 sách	54 家 ngôi; hiệu; tiệm; quán; nhà (lượng từ,
39 六 sáu	dùng chỉ nhà hoặc cửa hàng…)
40 百 trăm	55 店 cửa hàng, tiệm
41 五十 năm mươi	56 全部 tất cả
42 元 đồng (đơn vị tiền)	57 打五折 giảm giá 50%
43 好的 được	58 便宜 rẻ
44 收 nhận	59 出發 xuất phát

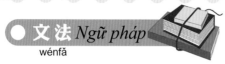

● 文法 *Ngữ pháp*
wénfǎ

1. 多少 (duōshǎo)

＊Khi diễn tả lượng hoặc số lượng trong tiếng Hoa, chúng ta phải thêm một lượng từ tương ứng đứng sau số lượng. Đối với câu nghi vấn dùng để hỏi một con số cụ thể, từ "多少" có thể lược bỏ.

＊"多少" được giới thiệu trong bài học này. Chúng ta đã học "幾" ở bài 4 và 7. "多少" và "幾" đều hỏi về số lượng. Số thể hiện bằng "多少" có thể lớn hoặc nhỏ; "幾" thường chỉ số từ 1 đến 10.

Lượng từ + 多少 + *Danh từ* ?		
這個漢堡	多少	錢？ Bánh hamburger này bao nhiêu tiền?
這本書有		頁？ Quyển sách này có bao nhiêu trang?
這間補習班有		學生？ Trung tâm này có bao nhiêu học sinh?
愷俐有		臺灣朋友呢？ Claire có bao nhiêu bạn người Đài Loan?

幾 + (*Lượng từ*) + *Danh từ* ?		
你住在	幾	樓？ Bạn sống ở tầng mấy?
你有		位中文老師？ Bạn có mấy giáo viên tiếng Hoa?
你早上有		節課？ Buổi sáng bạn có mấy tiết học?
立山會說		種語言？ Lập Sơn biết nói mấy thứ tiếng?

🍎 [節 jié tiết, tiết học]   [種 zhǒng loại, kiểu]

2. 吧 (ba)

＊"吧" được dùng ở cuối câu biểu thị rằng người nói đã ước tính tình huống nhưng không hoàn toàn chắc chắn về nó. Thường có dấu chấm hỏi khi kết thúc câu nói, thể hiện bằng một giọng điệu nhẹ nhàng.

*"吧" có thể được dùng ở cuối câu thể hiện yêu cầu, mệnh lệnh, tham vấn, thỏa thuận hoặc đề xuất.

女生應該都喜歡花吧？ Con gái chắc đều thích hoa, phải không?
他今年一月去韓國吧？ Anh ấy sẽ đến Hàn Quốc vào tháng giêng, phải không?
這本書兩百五十元吧？ Cuốn sách này 250 đồng, phải không?
明天要考試吧？ Ngày ma kiểm tra, phải không?

我下個月回國吧！ Có lẽ tôi sẽ về nhà vào tháng tới.
好吧！我來幫你吧！ Được thôi. Tôi sẽ giúp bạn.
我們星期二去看電影吧！ Chúng ta hãy đi xem phim vào thứ ba đi!
明天要考試，你還是好好念書吧！ Ngày mai thi, bạn hãy chăm học vào đi!

3. 給 (gěi)

"給" có thể là động từ hoặc giới từ. Nói chung, giới từ thường được kết hợp với danh từ hoặc đại từ để tạo thành các cụm giới từ, thường xuất hiện trước động từ như trạng từ. Động từ "給" có thể dùng cho một hoặc hai vật.

S ＋ 給 ＋ O1 ＋ O2 ？
請給我一杯水。　Xin cho tôi một ly nước.
我做飯給你吃好嗎？　Tôi sẽ nấu ăn cho bạn, được chứ?
希京送一件衣服給愷俐。 Higyeong tặng một bộ quần áo cho Claire.
請給我看你新室友的照片，好嗎？ Cho tôi xem hình bạn cùng phòng của bạn, được chứ?

[杯 bēi ly, tách]

4. 量詞 (liángcí)

Có rất nhiều lượng từ trong tiếng Hoa. Tất cả mọi thứ đều có thể "đo lường" và sự đo lường đó được thể hiện bằng một lượng từ cụ thể. Dưới đây là danh sách các lượng từ thông dụng kèm một số danh từ đi cùng với chúng.

Lượng từ	Danh từ kết hợp
本	書、字典、日記
篇 (piān)	日記
朵	花
束	花
個	人、朋友、家人、學生、國家、字、房間、禮物、工作、蛋糕(dàn'gāo)、包子(bāozi)
名、位	老師、先生、小姐
份 (fèn)	餐、蛋糕、沙拉、三明治、工作
塊 (kuài)	蛋糕、錢
道 (dào)	菜、料理
盤 (pán)	菜、料理、水果、炒麵(chǎomiàn)、炒飯(chǎofàn)、滷味(lǔwèi)
碗 (wǎn)	飯、湯(tāng)
杯 (bēi)	水、奶茶(nǎichá)、咖啡(kāfēi)、可樂(kělè)、酒(jiǔ)
條 (tiáo)	褲子(kùzi)、項鍊(xiàngliàn)
瓶 (píng)	香水(xiāngshuǐ)、可樂(kělè)、酒(jiǔ)
件	衣服
所	學校、醫院
間、家	店、學校、博物館、百貨公司(bǎihuò gōngsī)
部 (bù)	電影
輛 (liàng)	車、公車、高鐵(gāotiě)
架 (jià)	飛機
門	課

種 (zhǒng)	運動、水果、事、東西、人
項 (xiàng)	運動
場 (chǎng)	展覽
首 (shǒu)	歌(gē)
臺	電話(diànhuà)
幅 (fú)	畫、國畫(guóhuà)
隻 (zhī)	狗、貓(māo)
枝 (zhī)	筆(bǐ)
雙 (shuāng)	鞋子(xiézi)、筷子(kuàizi)

5. 而且 (érqiě)

Từ này được dùng để kết nối hai mệnh đề, cụm động từ, cụm giới từ, hoặc câu ngắn.

"而且" chỉ ra các điều kiện bổ sung liên quan đến chủ đề của câu. Có nghĩa như "hơn nữa", "mà còn"...

	而且	(還／也)	
臺灣水果好吃			水又多。Trái cây Đài Loan ngon lại còn mọng nước nữa.
這件衣服不好看		還／也	不便宜。Cái áo này không đẹp, hơn nữa lại không rẻ.
我在臺灣旅行	而且	還／也	認識很多臺灣人。Tôi đi du lịch ở Đài Loan và tôi (cũng) biết rất nhiều người Đài Loan.
昨天立山請我吃飯		還／也	送我回家。Hôm qua Lập sơn mời tôi dùng bữa, lại còn đưa tôi về nhà nữa.
明天晚上我要上課		還／也	要參加愷俐的生日派對。Tối mai tôi phải đi học và tham gia sinh nhật của Claire nữa.

6. 錢的單位 (qián de dānwèi)

Đơn vị tiền tệ trong tiếng Hoa là "元". Các đơn vị ở các ngôn ngữ / quốc gia khác bao gồm "元", "角" (jiǎo) hoặc "毛" (máo, bằng 1/10 của đồng yuan) và "分" (fēn, bằng 1/100 của đồng yuan). Trong văn nói, "元" thường được thay bằng "塊". Người bản xứ thường sử dụng "塊錢" và thường bỏ qua từ "錢" ở cuối. Tất cả các số không giữa hai số không phải bằng 0 phải được nối bằng từ "零".

300 元	三百塊（錢）
3,050 元	三千零五十元
30,050 元	三萬零五十元

這枝筆多少錢？
Cây bút này bao nhiêu tiền?

這枝筆35元。＝ 這枝筆35塊錢。
Cây bút này 35 đồng.

日本料理三百五十塊錢。
Món Nhật là 350 đồng.

這件衣服三千零五十元。
Cái áo này 3050 đồng.

這學期學費三萬零五十元。
Học phí học kỳ này là 30050 đồng.

[學期 xuéqí học kỳ]   [學費 xuéfèi học phí]

● 換你試試看 Đến lượt bạn!
huàn nǐ shìshìkàn

Thử thách 1

Chọn phiên âm đúng.

1. ( ) 多少錢　　A. duōshàoqián　B. duōsháoqián　C. duōshǎoqián

2. ( ) 一朵花　　A. yì duǒ huà　B. yí duǒ huā　C. yì duǒ huā

3. ( ) 一束花　　A. yī shù huà　B. yí shù huā　C. yì shù huā

4. (　　) 全部　　A. juānbù　　B. quánbù　　C. quánbú

5. (　　) 兩百元　　A. èr bǎi yuán　　B. liǎng bǎi yuán　　C. liàng bǎi yán

6. (　　) 歡迎光臨　　A. huānyíng guānglín　　B. huányíng guāngling　　C. huānyīng guānglín

Thử thách 2

$2,000

$1,000

$500

$100

$50 $10 $5 $1

Bạn thấy bao nhiều tiền?

a.

→ $ _____

b.

→ $ _____

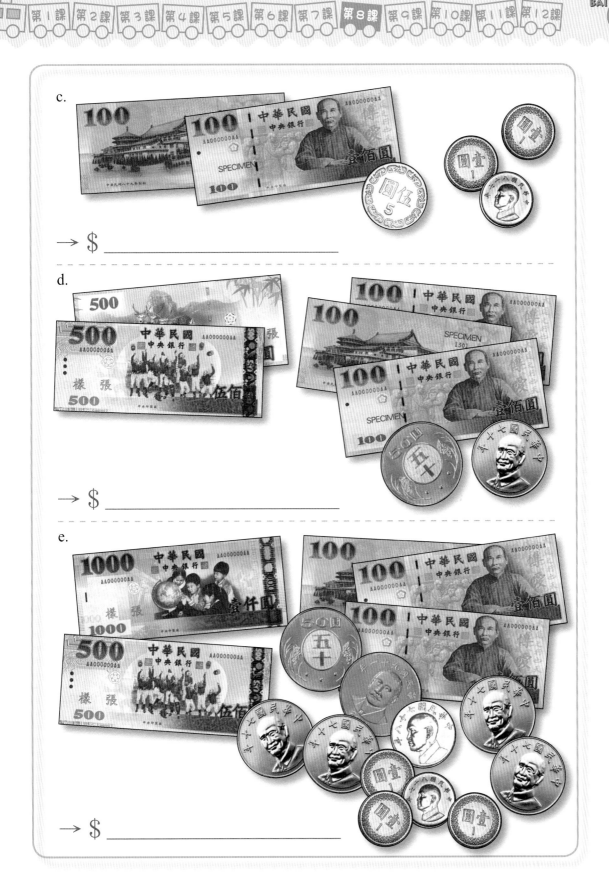

c.

→ $ _____

d.

→ $ _____

e.

→ $ _____

Thử thách 3

Nhìn vào bức tranh và hoàn thành các cuộc đối thoại.

對話一 duìhuà yī (Đối thoại một)

$2,500

愷俐：法杜，希京送我一件
kǎilì　　fǎdù　　xījīng sòng wǒ yí jiàn

很漂亮的衣服。
hěn piàoliàng de　yīfú

可是，我沒有鞋子，
kěshì　　wǒ méiyǒu　xiézi

好想買一 雙 新鞋子。
hǎo xiǎng mǎi yì shuāng xīn xiézi

法杜：嗯！我也想買新衣服。
fǎdù　 ēn　 wǒ yě xiǎng mǎi xīn　yīfú

那我們一起去買吧！
nà　wǒmen　yìqǐ　qù mǎi　ba

愷俐：小姐，我想買 一 雙 紅色的高跟鞋。
kǎilì　　xiǎojiě　wǒ xiǎng mǎi　yì shuāng　hóngsè de　gāogēnxié

店員：高跟鞋在這裡，您 穿 幾號呢？
diànyuán　　gāogēnxié zài　zhèlǐ　　nín　chuān　jǐ　hào ne

愷俐：37號。 這 雙 高跟鞋多少錢？
kǎilì　sānshíqī hào　　zhè shuāng　gāogēnxié duōshǎo qián

店員：這雙＿＿＿＿＿＿＿＿元，我們全部打五折，
diànyuán　 zhè shuāng　　　　　　　　　yuán　　wǒmen quánbù dǎ wǔ zhé

所以是＿＿＿＿＿＿＿＿元。
suǒyǐ　shì　　　　　　　　　　yuán

愷俐：小姐，我可以 試穿 嗎？
kǎilì　　xiǎojiě　wǒ kěyǐ　shìchuān　ma

店員：當然可以，來，這是您的尺寸。
diànyuán　dāngrán kěyǐ　lái　zhèshì nín de　chǐcùn

愷俐：剛好耶！法杜，妳覺得這 雙 鞋怎麼樣？
kǎilì　 gānghǎo ye　　fǎdù　　nǐ　jué de zhè shuāng xié zěmeyàng

法杜：很漂亮，看起來還不錯！而且才＿＿＿＿＿＿元。
fǎdù　 hěn piàoliàng　kàn qǐ lái hái bú cuò　érqiě cái　　　　　　　yuán

愷俐：那我就買這 雙 鞋子吧！
kǎilì　 nà wǒ jiù mǎi zhè shuāng xiézi ba

對話二 duìhuà èr (Đối thoại hai)

$490

$590

$2,000

法杜：愷俐，妳覺得這件上衣和
fǎdù　　kǎilì　nǐ　jué de zhè jiàn shàngyī hàn

　　　　這條 裙子 怎麼樣？
　　　　zhè tiáo qúnzi zěmeyàng

愷俐：很好看。
kǎilì　hěn hǎokàn

法杜：這件上衣和這條裙子_____錢？
fǎdù　zhè jiàn shàngyī hàn zhè tiáo qúnzi qián

店員：打折以後，這件上衣_____元，
diànyuán dǎzhé yǐhòu zhè jiàn shàngyī yuán

　　　　這條裙子_____元。
　　　　zhè tiáo qúnzi yuán

法杜：嗯！那條褲子呢？
fǎdù　ēn　nà tiáo kùzi ne

店員：那條褲子_____元。
diànyuán nà tiáo kùzi yuán

法杜：嗯！那我買這件白色上衣和這條
fǎdù　ēn　nà wǒ mǎi zhè jiàn báisè shàngyī hàn zhè tiáo

　　　　藍色褲子，一共多少錢？
　　　　lánsè kùzi yígòng duōshǎo qián

店員：小姐，您的一共_____元。
diànyuán xiǎojiě nín de yígòng yuán

Từ vựng bổ sung		
鞋子	xiézi	giày
雙	shuāng	đôi
紅色	hóngsè	màu đỏ
高跟鞋	gāogēnxié	giày cao gót
穿	chuān	mặc
試穿	shìchuān	mặc thử
尺寸	chǐcùn	kích cỡ
剛好	gānghǎo	vừa, vừa vặn
上衣	shàngyī	Áo
條	tiáo	lượng từ cho váy, quần
裙子	qúnzi	váy
褲子	kùzi	quần
白色	báisè	màu trắng
藍色	lánsè	xanh dương
一共	yígòng	tổng cộng

Thử thách 4

Sử dụng bảng bên dưới để tìm các ký tự có bộ thủ sau.

部首 Bộ thủ	犬 部 quǎn bù	肉 部 ròu bù	玉 部 yù bù	金 部 jīn bù	衣 部 yī bù
意思 Nghĩa	chó	thịt	ngọc	vàng	quần áo
字形 Cách viết	犭 犬	月 肉	王 王 玉	金 金	璧 衣
例字 Ví dụ	狗 狀	腿 腐	玫 琴 璧	錢 鑒 鑫	被 裳

珍　珠
褲　裙
鐵　胃
豆　腐

獎　金
珊　瑚
獅　子
狼　狽

監　獄
背　錯
鐘　錶
脫　襯　衫

犬 ：☐ ☐ ☐ ☐ ☐

肉 ：☐ ☐ ☐ ☐

玉 ：☐ ☐ ☐ ☐

金 ：☐ ☐ ☐ ☐ ☐

衣 ：☐ ☐ ☐ ☐

 聽力練習 *Luyện nghe*
tīnglì liànxí

Nghe đối thoại và chọn câu trả lời tốt nhất.

Từ vựng bổ sung
為了 wèile để, vì (một mục đích nào đó)
KTV Karaoke
唱歌 chànggē ca hát
跳舞 tiàowǔ nhảy múa
棒 bàng tuyệt, giỏi
歌曲 gēqǔ bài hát, giai điệu
其他 qítā khác
訂位 dìngwèi đặt chỗ
請客 qǐngkè mời, đãi tiệc

1. (   ) Tại sao Kǎilì muốn mời tất cả mọi người? (a) Cô ấy vượt qua bài kiểm tra. (b) Mẹ cô ấy sẽ đến. (c) Cảm ơn tất cả mọi người trong bữa tiệc sinh nhật của mình. (d) Cô ấy có học bổng.

2. (   ) Kǎilì mời mọi người như thế nào? (a) Mang bánh đến. (b) Mời tất cả mọi người hát. (c) Nấu ăn. (d) Hát bài mừng sinh nhật cho tất cả mọi người.

3. (　　　) Khi nào họ sẽ đi KTV (karaoke)? (a) Thứ hai. (b) Thứ tư. (c) Thứ năm.
(d) Thứ sáu.

4. (　　　) Ai không thể đi KTV (karaoke)? (a) Xījīng (b) Lìshān (c) Fádù (d) Mọi
người đều có thể đi karaoke.

5. (　　　) Họ có thể làm gì trong KTV? (a) Ca hát và nhảy múa. (b) Đọc sách.
(c) Xem phim. (d) Mua sắm.

Note

第九課 銀行在哪裡？
dì jiǔ kè   yínháng   zài   nǎlǐ

● 對話一 Hội thoại 1
duìhuà   yī

(Claire muốn gửi tiền về Canada, nhưng tiếc rằng, cô ấy đã quên ngân hàng nằm ở đâu.)

愷俐：糟了，銀行怎麼走呢？(William đến.) 偉立！
kǎilì   zāole   yínháng zěnmezǒu ne   wěilì

你來得正好，你知道銀行在哪裡嗎？
nǐ láide zhènghǎo   nǐ   zhīdào yínháng zài   nǎlǐ   ma

偉立：不好意思，我不清楚。你可以去問問老師，
wěilì   bùhǎo   yìsi   wǒ bù qīngchǔ   nǐ   kěyǐ   qù wèn wèn lǎoshī

她一定知道。
tā   yídìng   zhīdào

愷俐：可是老師還沒來，你知道老師現在在哪裡嗎？
kǎilì   kěshì lǎoshī háiméi lái   nǐ zhīdào lǎoshī xiànzài zài   nǎlǐ   ma

偉立：老師在辦公室裡。
wěilì   lǎoshī zài bàngōngshì lǐ

愷俐：謝謝你！
kǎilì   xièxie   nǐ

偉立：不客氣！
wěilì   búkèqì

(Claire đến văn phòng của cô Dương.)

恺俐：楊老師，不好意思，打擾一下！
kǎilì　yáng lǎoshī　bùhǎo yìsi　dǎrǎo yíxià

老師：沒關係，請說！
lǎoshī　méiguānxi　qǐng shuō

恺俐：老師知道銀行怎麼走嗎？我想匯錢回加拿大，
kǎilì　lǎoshī zhīdào yínháng zěmezǒu ma　wǒ xiǎng huì qián huí jiānádà

但是忘了銀行在哪裡。
dànshì wàngle yínháng zài nǎlǐ

老師：銀行啊？你出大門後，先往左走，過兩個
lǎoshī　yínháng a　nǐ chū dàmén hòu　xiān wǎng zuǒ zǒu　guò liǎng ge

紅綠燈之後，再右轉，就會看到了。
hónglǜdēng zhīhòu　zài yòu zhuǎn　jiù huì kàndào le

恺俐：謝謝老師！您真好，您幫了我大忙呢！
kǎilì　xièxie lǎoshī　nín zhēn hǎo　nín bāng le wǒ dà máng ne

老師：不客氣！
lǎoshī　búkèqì

● 生詞 *Từ vựng*
shēngcí

1 糟了 hỏng rồi, tiêu rồi,...
2 銀行 ngân hàng
3 怎麼走 đi như thế nào
4 得 (dùng sau động từ và tính từ biểu thị bổ ngữ hoặc trình độ)
5 清楚 rõ
6 還沒 chưa
7 辦公室 văn phòng

8 打擾 quấy rối; làm phiền; quấy rầy
9 匯 chuyển tiền (qua bưu điện, ngân hàng.)
10 出 ra ngoài
11 大門 cổng; cửa chính
12 往 đi đến, hướng đến, rẽ
13 左 trái
14 走 đi bộ

15 過 vượt qua
16 兩 hai (sử dụng trước lượng từ)
17 紅綠燈 đèn giao thông
18 之後 sau đó
19 右 phải
20 轉 rẽ
21 看到 nhìn thấy

對話二 *Hội thoại 2*
duìhuà èr

(Mặc dù Claire đã biết cách đi đến ngân hàng, nhưng cô ấy không tìm thấy sổ ngân hàng và con dấu. Cô ấy nghĩ có thể mình đã để đâu đó trong căn hộ của mình. Cô ấy nhờ Pháp Đỗ giúp cô ấy tìm chúng.)

法杜：愷俐，你在做什麼？
fǎdù　　kǎilì　　nǐ zài zuò shéme

愷俐：我在找我的存摺跟印章，我要匯錢回加拿大。
kǎilì　　wǒ zài zhǎo wǒ de cúnzhé gēn yìnzhāng　wǒ yào huì qián huí jiānádà

　　　　你可以幫我找一下嗎？
　　　　nǐ　kěyǐ　bāng wǒ zhǎo yíxià　ma

法杜：好啊。
fǎdù　　hǎo　a

愷俐：法杜，你幫我看看在不在電視機旁邊的櫃子裡，
kǎilì　　fǎdù　　nǐ bāng wǒ kàn kàn zài bú zài　diànshìjī pángbiān de guìzi lǐ

　　　　我來看一下這邊的抽屜。
　　　　wǒ lái kàn yíxià　zhèbiān de chōutì

法杜：沒問題。
fǎdù　　méiwèntí

愷俐：糟糕，不在抽屜裡。有可能在飯桌上，我去看看。
kǎilì　　zāogāo　　bú zài chōutì lǐ　yǒukěnéng zài fànzhuō shàng wǒ qù kàn kàn

法杜：也不在櫃子裡。會不會掉到沙發下面呢？
fǎdù　　yě bú zài guìzi lǐ　huì bú huì diào dào shāfā xiàmiàn ne

愷俐：有可能，幫我看看，好不好？
kǎilì　　yǒukěnéng　　bāng wǒ kàn kàn　hǎo bù hǎo

法杜：好。(Tìm dưới ghế sofa.)
fǎdù　hǎo

這邊該掃了，沙發下有好多垃圾。
zhèbiān gāi sǎo le　shāfā xià yǒu hǎo duō　lèsè

愷俐：你放心，我今天會掃地。飯桌上也沒有，
kǎilì　nǐ fàngxīn　wǒ jīntiān huì sǎo dì　fànzhuō shàng yě méiyǒu

會不會在臥室呢？
huì bú huì zài wòshì ne

法杜：我們進去找找看。
fǎdù　wǒmen jìnqù zhǎo zhǎo kàn

愷俐：(Vào phòng ngủ.)我找到了，在書桌的抽屜裡。
kǎilì　wǒ zhǎodào le　zài shūzhuō de chōutì lǐ

法杜：恭喜！那快去匯錢吧！地我來掃就好了。
fǎdù　gōngxǐ　nà kuài qù huì qián ba　dì wǒ lái sǎo jiù hǎo le

愷俐：謝謝你！
kǎilì　xièxie nǐ

●生詞 *Từ vựng*
shēngcí

22 在 đang	33 糟糕 hỏng; hỏng bét; gay go	44 垃圾 rác
23 做 làm	34 有可能 có thể	45 掃地 quét nhà
24 找 tìm	35 飯桌 bàn ăn	46 臥室 phòng ngủ
25 存摺 sổ ngân hàng	36 上 trên	47 進去 đi vào
26 印章 con dấu	37 掉 rơi	48 找到 tìm thấy
27 好啊 đồng ý, được	38 沙發 sofa	49 恭喜 chúc mừng
28 電視機 tv	39 下面 bên dưới	50 快 nhanh
29 旁邊 bên; bên cạnh	40 該 nên; cần (làm gì đó)	51 吧 đi (dùng ở cuối câu, biểu thị sự thúc giục)
30 櫃子 tủ, tủ quần áo	41 掃 quét	
31 這邊 bên này	42 下 dưới	
32 抽屜 ngăn kéo	43 有 có	

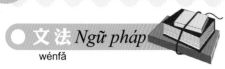

文法 *Ngữ pháp*
wénfǎ

1. 在 (zài):

Kết hợp với một danh từ và một danh từ ghép chỉ vị trí (từ định hướng + hậu tố), giới từ "在" được sử dụng để chỉ vị trí. Các từ định hướng bao gồm: 上, 下, 前, 後, 裡, 外, 左, 右, 旁, 東, 南, 西, 北(běi), 中間(zhōngjiān). Các từ định hướng thường được kết hợp với các hậu tố như 邊, 面, 頭 (tóu) để tạo danh từ ghép chỉ vị trí. Bảng bên dưới sẽ hướng dẫn cách kết hợp các từ định hướng, các hậu tố , và 在 để thể hiện vị trí của các đồ vật. Lưu ý rằng "有" cũng có thể được sử dụng để diễn tả vị trí.

Từ định hướng	Danh từ ghép chỉ vị trí Hậu tố			Ví dụ
	~邊	~面	~頭	
上	上邊	上面	上頭	桌子上面有一個花瓶。 Trên bàn có một chiếc bình.
下	下邊	下面	下頭	桌子下面有一個垃圾桶。 Dưới bàn có một thùng rác.
前	前邊	前面	前頭	偉立站在法杜的前面。 Vĩ Lập đứng trước mặt Pháp Đỗ.
後	後邊	後面	後頭	愷俐站在法杜的後面。 Claire đứng sau Pháp Đỗ.
裡	裡邊	裡面	裡頭	一個男人在電梯裡面。 Một người đàn ông đang ở trong thang máy.
外	外邊	外面	外頭	電梯外面有四個人。 Bốn người đang ở ngoài thang máy.
左	左邊	左面		行李在電梯裡面的左邊。 Hành lý nằm bên trái thang máy.
右	右邊	右面		小狗在電梯裡面的右邊。 Con chó con nằm bên phải phía trong thang máy.
旁	旁邊			電梯旁邊有一張桌子。 Cạnh thang máy có một cái bàn.
中間				法杜站在偉立和愷俐的中間。 Pháp Đỗ đang đứng giữa Vĩ Lập và Claire.

🍎 [花瓶 huāpíng bình hoa]　　[垃圾桶 lèsètǒng thùng rác]　　[電梯 diàntī thang máy]
[行李 xínglǐ hành lý]　　[小狗 xiǎogǒu chó con]

前面 qiánmiàn　　中間 zhōngjiān　　後面 hòumiàn

上面 shàngmiàn

外面 wàimiàn

裡面 lǐmiàn

下面 xiàmiàn

左邊 zuǒbiān　　右邊 yòubiān　　旁邊 pángbiān

Từ định	Danh từ ghép chỉ vị trí ~hậutố		Ví dụ
	~邊	~面	
東	東邊	東面	花蓮在臺灣的東邊。 Hoa Liên nằm ở phía đông Đài Loan.
南	南邊	南面	屏東在臺灣的南邊。 Bình Đông nằm ở phía nam Đài Loan.
西	西邊	西面	臺灣的西面有臺中、彰化。 Đài Trung và Chương Hóa ở phía tây Đài Loan.
北	北邊	北面	臺北、基隆、桃園在臺灣的北邊。 Đài Bắc, Cơ Long và Đào Viên nằm ở phía bắc Đài Loan.

北邊
běibiān

基隆
桃園
臺北
新竹
苗栗
宜蘭
臺中
彰化
南投
花蓮
雲林
嘉義
台南
高雄
台東
屏東

北

西邊
xībiān

東邊
dōngbiān

南邊
nánbiān

在 ＋ Địa điểm		
字典	在	櫃子上面。 Từ điển ở trong tủ.
我喜歡坐		教室的前面。 Tôi thích ngồi phía trước lớp.
我和希京		花園裡面散步。 Higyeong và tôi đi dạo trong công viên.
她		外面吃飯。 Cô ấy đang ăn ở ngoài.

🍎 [散步 sànbù đi dạo]

🍎 Sự kết hợp của một danh từ với "上" hoặc "裡" thường xảy ra với các từ vị trí.

Ví dụ: 桌子上, 櫃子上, 飯桌上, 抽屜裡, 辦公室裡, 學校裡, 教室裡. Từ "裡" không thể sử dụng sau các danh từ riêng như tên của một quốc gia hoặc thành phố.

Ví dụ: 臺灣裡, 美國裡, 臺北裡 đều không đúng.

🍎 Từ định hướng + 邊、面、頭 có thể tạo một danh từ chỉ vị trí như "電視機(的)旁邊", "學校(的)裡面", "教室(的)外面", "加拿大(的)南邊". Trong kết cấu này, từ "的" có thể có hoặc không.

✳ Kết hợp với một danh từ, giới từ "在" chỉ vị trí. Khi cụm từ được đặt trước động từ, nó chỉ ra vị trí của hành động.

在 + Địa điểm + Động từ			
我妹妹	在	臺灣	學中文。 Em gái tôi đang học tiếng Hoa ở Đài Loan.
媽媽		廚房裡	做飯。 Mẹ đang nấu ăn trong bếp.
學生們		教室裡	考試。 Các sinh viên đang làm bài thi trong lớp học.
明天我們		哪裡	集合？ Ngày mai chúng ta sẽ tập trung ở đâu?

🍎 [教室 jiàoshì lớp học]

✳ 有 và 在 cả hai có thể được sử dụng để chỉ ra vị trí của một vật gì đó với hiệu ứng khác nhau. 在 được sử dụng để chỉ ra rằng một vật gì đó tồn tại ở một số nơi nhất định. 有 được sử dụng để chỉ ra rằng có một cái gì đó ở một nơi nào đó.

    Ví dụ:

Địa điểm + 有 + Danh từ không xác định		
我的衣櫃裡	有	很多漂亮的衣服。 Tủ quần áo của tôi có rất nhiều quần áo đẹp.
故宮裡		中國文物。 Bảo tàng Cung điện Quốc gia có các hiện vật Trung Quốc.
中國		萬里長城。 Trung Quốc có Vạn Lý Trường Thành.
臺北市		101大樓。 Đài Bắc có tòa nhà 101 tầng.

Danh từ xác định ＋ 在 ＋ Địa điểm		
很多漂亮的衣服	在	我的衣櫃裡。 Rất nhiều quần áo đẹp ở trong tủ quần áo của tôi.
中國文物		故宮。 Hiện vật Trung Quốc nằm ở Bảo tàng Cung điện Quốc gia.
萬里長城		中國。 Vạn Lý Trường Thành ở Trung Quốc.
101大樓		臺北市。 Tòa nhà 101 tầng ở Đài Bắc.

🍎 [萬里長城 wànlǐ chángchéng Vạn Lý Trường Thành]　　[大樓 dàlóu tòa nhà cao tầng]

. . . .

2. 還 (hái)

Trong bài 3, chúng ta đã học 還 là một trạng từ. Khi được đặt trước động từ, người nói sẽ sử dụng câu nói bổ sung để bổ sung cho câu nói vừa nói. Bài học này giới thiệu các điểm đánh dấu âm "沒 (有)" và "不" được đặt sau "還" và trước động từ để chỉ các tình huống chưa xảy ra.

還 ＋ Động từ
昨天我們參觀博物館，還參觀美術館。 Hôm qua chúng tôi đi tham quan bảo tàng, và viện bảo tàng nghệ thuật nữa.
我剛剛吃了一份(fèn)三明治，還吃了一盤(pán)水果。 Tôi vừa ăn 1 cái sandwich, và ăn một đĩa trái cây nữa.
我會騎腳踏車，還會開車。 Tôi biết đi xe đạp, cũng biết lái xe hơi nữa.
希京會說中文，還會說英文。 Higyeong có thể nói tiếng Trung và tiếng Anh.

🍎 [騎 qí cưỡi; đi]　　[腳踏車 jiǎotàchē xe đạp]

還　+　*Từ phủ định*　+　*Động từ*	

我還沒（有）複習到第九課。
Tôi vẫn chưa ôn tập đến bài 9.

我弟弟還沒（有）回臺灣。
Em trai tôi vẫn chưa trở về Đài Loan.

我還不認識她，請你介紹一下吧！
Tôi vẫn chưa biết cô ấy, anh hãy giới thiệu đi!

他還不知道明天要不要考試！
Anh ấy vẫn không biết ngày mai có kiểm tra hay không.

3. 怎麼 (zěnme)

"怎麼" là một trạng từ nghi vấn. Nó thường được sử dụng để hỏi về cách thức, lý do, hoặc nguyên nhân gây ra một hành động.

怎麼　+　*cụm động từ*		
美術館	怎麼	走？ Làm sao đi đến viện bảo tàng nghệ thuật?
這一句中文		說？ Câu này tiếng Trung nói như thế nào?
他		現在才來？ Sao bây giờ anh mới đến?
昨天你		沒去參觀故宮呢？ Hôm qua sao bạn không đi tham quan Cố Cung?

🍎 [句 jù câu]

🍎 "怎麼" và "為什麼" (bài 5) đều được sử dụng để hỏi về nguyên nhân hoặc lý do. "怎麼" biểu thị rằng người nói đang bối rối hoặc ngạc nhiên. "為什麼" thì không như thế. Ngoài ra, "怎麼" có thể đứng một mình như một mệnh đề.

4. 幫 (bāng)

Trong cấu trúc "N1 + 幫 + N2 + động từ", "幫" biểu thị rằng N1 giúp N2 thực hiện hành động. N1 có thể hoàn thành hành động cùng với N2 hoặc chỉ thực hiện nhiệm vụ một mình.

		N1 + 幫 + N2 + động từ		
請	你		我	送禮物給她。 Xin hãy giúp tôi tặng cô ấy một món quà.
	媽媽	幫	他	匯錢到臺灣好嗎？ Mẹ giúp anh ấy chuyển tiền đến Đài Loan được không?
	老師		學生們	複習作業。 Giáo viên giúp học sinh ôn bài.
今天晚上	我		安惠	做飯。 Tối nay tôi đã giúp An Huệ nấu cơm.

5. 先……再…… (xiān…zài…)

Các phó từ "先" và "再" thường được chèn vào trước động từ để tạo thành "先……再……", nhấn mạnh thứ tự mà động từ được thực hiện.

		先 + động từ 1 + 再 + động từ 2		
我		去銀行		去學校。 Tôi đến ngân hàng trước rồi đến trường.
我們	先	吃飯	再	討論去哪裡玩！ Chúng ta hãy ăn cơm trước rồi hãy thảo luận đi đâu chơi.
愷俐		認識希京		認識法杜。 Claire quen Higyeong trước khi quen Pháp Đỗ.
老師		複習上一課		上課。 Giáo viên ôn bài cũ trước rồi mới dạy bài mới.

6. 中文疑問句的句型 (zhōngwén yíwènjùde jùxíng) : **Các dạng câu hỏi trong tiếng Hoa**

Có 5 dạng câu hỏi trong tiếng Hoa: (1) Câu hỏi cơ bản, (2) Câu hỏi với đại từ nghi vấn, (3) Câu hỏi đuôi, (4) Câu hỏi chính phản, (5) Câu hỏi lựa chọn.

(1) "嗎"和"呢"的疑問句：Các câu hỏi cơ bản với "嗎" và "呢"

Các câu hỏi với "嗎" và "呢" là một dạng câu hỏi đơn giản và thường được sử dụng. Người hỏi loại câu hỏi này có một số ý kiến liên quan đến câu trả lời.

你知道法杜住在哪裡嗎？	Bạn có biết Pháp Đỗ sống ở đâu không?
你昨天怎麼沒來上課呢？	Sao hôm qua bạn không đến lớp?
他喜歡爬山嗎？	Anh ấy thích leo núi không?
你生日是幾月幾日呢？	Sinh nhật của bạn là ngày mấy tháng mấy?

(2) 疑問代詞疑問句：Câu hỏi với đại từ nghi vấn

Đây là các câu hỏi được dùng với "哪裡", "什麼", "誰", "哪", "怎麼", "多少" và "幾". Đây là cách hỏi ở đâu, cái gì, ai, cái nào, làm thế nào, bao nhiêu, và mấy.

這本書多少錢？	Cuốn sách này bao nhiêu?
你住在幾樓？	Bạn sống ở tầng mấy?
這件衣服怎麼樣？	Cái áo này thế nào?
你今天晚上想吃什麼？	Tối nay bạn muốn ăn gì?

(3) 附加疑問句：Câu hỏi đuôi

Đây là những câu hỏi kết thúc bằng "好嗎", "好不好", "是嗎", "是不是", "對嗎", "對不對", "可以嗎". Đó là những mệnh đề ngắn có chức năng yêu cầu xác nhận hoặc gợi ý, và được thêm vào các mệnh đề khẳng định.

你喜歡運動，對不對？	Bạn thích tập thể dục, phải không?
我們一起回家，可以嗎？	Chúng ta cùng về nhà, được chứ?
她在臺灣學習中文，是不是？	Cô ấy đang ở Đài Loan học tiếng Hoa, phải không?
我們在語言中心門口集合，好不好？	Chúng ta gặp nhau ở trước cổng trung tâm ngôn ngữ, được không?

(4) 正反疑問句：Câu hỏi chính phản

Loại câu hỏi này cũng thường được sử dụng. Đây là loại câu hỏi bắt buộc câu trả lời phải là "có" hoặc "không".

你女朋友會不會做飯？	Bạn gái của bạn có biết nấu ăn không?
她有沒有兄弟姊妹？	Cô ấy có anh chị em ruột không?
你認識不認識楊老師？	Bạn có biết cô Dương không?
你有沒有什麼建議？	Bạn có đề nghị nào không?

🍎 [兄弟姊妹 xiōngdì jiěmèi anh chị em]

(5) 選擇疑問句：Câu hỏi lựa chọn

Kiểu câu hỏi này có hai hoặc nhiều lựa chọn. Người trả lời, do đó, cần phải chọn một trong những lựa chọn để trả lời.

你們的中文課是上午還是下午？	Lớp tiếng Hoa của bạn vào buổi sáng hay buổi chiều?
志學去爬山還是去買衣服？	Chí Học đi leo núi hay đi mua quần áo?
希京是日本人、中國人還是韓國人？	Higyeong là người Nhật, Trung Quốc, hay Hàn Quốc?
我們去吃中國菜還是法國菜？	Chúng ta đi ăn món Hoa hay món Pháp?

● 換你試試看 Đến lượt bạn!
huàn nǐ shìshìkàn

Thử thách 1

Chọn phiên âm đúng.

1. (　　) 銀行　　A. yínháng　　B. yíngxíng　　C. yínxíng

2. (　　) 匯錢　　A. huìqián　　B. fíqián　　C. huìjián

3. (　　) 紅綠燈　A. hónglǜdēng　B. hónglùdēng　C. hónglǜděng

4. (　　) 右轉　　A. yóuzhuàn　　B. zuǒzhuàn　　C. yòuzhuǎn

5. (　　) 旁邊　　A. pāngbiān　　B. pángbiān　　C. pǎngbiàn

6. (　　) 不好意思　A. búhǎo yìsi　B. bùhǎo yìsi　C. búhào yìsi

Thử thách 2

Hoàn thành các câu sau để mô tả bản đồ bên dưới.

A. 臺灣在哪裡？

中國在臺灣的＿＿＿＿＿邊。

菲律賓在臺灣的＿＿＿＿＿邊。　　[菲律賓 fēilùbīn

臺灣在中國的＿＿＿＿＿邊。　　Nước Philippines]

日本和＿＿＿＿＿都在臺灣的北邊。

臺灣在韓國和菲律賓的＿＿＿＿＿。

B. 愷俐的家在哪裡？
jiā zài nǎ lǐ

Ex：愷俐的家在 公車 站和郵局的對面。
zài gōngchē zhàn hàn yóujú de duìmiàn

北

百貨公司 bǎihuògōngsī	電影院 diànyǐngyuàn	書店 shūdiàn
		商店 shāngdiàn
銀行	餐廳 cāntīng	郵局 yóujú ・ 公車站
博物館	補習班	★愷俐的家

學校

Từ vựng bổ sung	
對面 duìmiàn đối diện	餐廳 cāntīng nhà hàng
百貨公司 bǎihuògōngsī cửa hàng bách hóa	商店 shāngdiàn cửa hàng
電影院 diànyǐngyuàn rạp chiếu phim	郵局 yóujú bưu điện
書店 shūdiàn nhà sách	

1. 銀行在哪裡？銀行在餐廳的＿＿＿＿＿，百貨公司
yínháng zài nǎ lǐ yínháng zài cāntīng bǎihuògōngsī

的＿＿＿＿＿。
de

2. 百貨公司在哪裡？ 百貨公司在＿＿＿＿＿＿＿。
bǎihuògōngsī zài nǎ lǐ bǎihuògōngsī

3. 學校在哪裡？ 學校在＿＿＿＿＿＿＿＿。
xuéxiào zài nǎ lǐ xuéxiào zài

4. 郵局在哪裡？ 郵局在＿＿＿＿＿＿＿。
yóujú zài nǎ lǐ yóujú zài

5. 餐廳在哪裡？ 餐廳在＿＿＿＿＿＿＿＿。
cāntīng zài nǎ lǐ cāntīng zài

Thử thách 3

Hoàn thành các câu theo những gì bạn thấy trong ảnh.

A. 語言中心怎麼走？
yǔyán zhōngxīn zěnme zǒu

Ex1: 從學校大門直走，過了操場後，就會看到展覽館。
cóng xuéxiào dàmén zhí zǒu　guò le cāochǎng hòu　jiù huì kàn dào zhǎnlǎn guǎn

語言中心就在 展覽館 的 樓上。
yǔyán zhōngxīn jiù zài　zhǎnlǎn guǎn　de　lóushàng

Ex2: 從學校大門往北走，先過了操場後，就可以看到
cóng xuéxiào dàmén wǎng běi zǒu　xiān guò le cāochǎng hòu　jiù kě yǐ kàn dào

書店和展覽館。語言中心在書店和展覽館的樓上。
shūdiàn hàn zhǎnlǎn guǎn　yǔyán zhōngxīn zài shūdiàn hàn zhǎnlǎn guǎn de lóushàng

1. 語言中心教室
2. 書店
3. 展覽館
4. 圖書館 túshūguǎn
5. 研究室 yánjiùshì
6. 老師辦公室
7. 醫學系教室
8. 警衛 jǐngwèi
9. 體育館 tǐyùguǎn
10. 英文系教室
11. 中文系教室
12. 商店
13. 銀行
14. 餐廳
15. 操場 cāocháng

學校大門口

Từ vựng bổ sung	
體育館　tǐyùguǎn　phòng tập thể dục	研究室　yánjiùshì phòng nghiên cứu, phòng học
操場　cāochǎng　sân vận động	圖書館　túshūguǎn　thư viện
警衛　jǐngwèi　bảo vệ, phòng bảo vệ	

1.書店怎麼走？
shūdiàn zěnme zǒu

從學校大門直走，＿＿＿＿＿＿＿＿＿＿＿＿＿＿＿。
cóng xuéxiào dàmén zhí zǒu

書店就在＿＿＿＿＿＿旁邊。
shūdiàn jiù zài   pángbiān

2.從 中文 系教室到圖書館怎麼走？
cóng zhōngwén xì jiàoshì dào túshūguǎn zěnme zǒu

先往＿＿＿＿＿＿＿＿＿＿，再＿＿＿＿＿＿＿＿＿＿，
xiānwǎng   zài

就會看到了。圖書館就在研究室的＿＿＿＿＿＿＿。
jiù huì kàn dào le   túshūguǎn jiù zài yánjiùshì de

3.從老師辦公室到銀行怎麼走？
cóng lǎoshī bàngōngshì dào yínháng zěnme zǒu

從老師辦公室到銀行先＿＿＿＿＿＿＿＿＿＿＿＿，
cóng lǎoshī bàngōngshì dào yínháng xiān

再＿＿＿＿＿＿＿＿＿，就會看到了。銀行就在商店
zài   jiù huì kàn dào le   yínháng jiù zài shāngdiàn

和餐廳的＿＿＿＿＿＿＿＿＿。
hàn cāntīng de

4.從醫學系教室到體育館怎麼去？
cóng yīxué xì jiàoshì dào tǐyùguǎn zěnme qù

先＿＿＿＿＿＿＿＿＿＿＿，再＿＿＿＿＿＿＿＿＿＿。
xiān   zài

體育館就在＿＿＿＿＿＿＿旁邊。
tǐyùguǎn jiù zài   pángbiān

5.從語言中心到老師辦公室再到餐廳怎麼走？
cóng yǔyán zhōngxīn dào lǎoshī bàngōngshì zài dào cāntīng zěnme zǒu

從語言中心到老師辦公室＿＿＿＿＿＿＿＿＿＿＿。
cóng yǔyán zhōngxīn dào lǎoshī bàngōngshì

再從老師辦公室到餐廳＿＿＿＿＿＿＿＿＿＿＿＿。
zài cóng lǎoshī bàngōngshì dào cāntīng

B. 愷俐要怎麼到每一個地方？
　　kǎilì yào zěnme dào měiyíge dìfāng

Ex：從愷俐的家怎麼到百貨公司呢？
　　cóng kǎilì de jiā zěn me dào bǎihuògōngsī ne

從愷俐的家往西走，過兩個紅綠燈右轉後，再過
cóng kǎilì de jiā wǎng xī zǒu guò liǎng ge hónglǜdēng yòu zhuǎn hòu zài guò

一個紅綠燈，你就會看到百貨公司。百貨公司在
yí ge hónglǜdēng nǐ jiù huì kàn dào bǎihuògōngsī bǎihuògōngsī zài

銀行的對面。
yínháng de duìmiàn

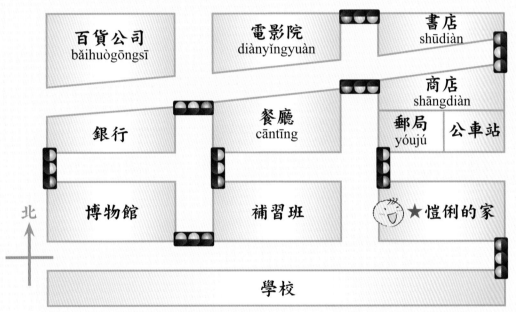

1.從愷俐的家怎麼到銀行？
　cóng kǎilì de jiā zěn me dào yínháng

2.從博物館怎麼到公車站？
　cóng bówùguǎn zěn me dào gōngchēzhàn

3.從學校怎麼到書店？
　cóng xuéxiào zěn me dào shūdiàn

Thử thách 4

Tìm các từ có chứa các bộ thủ sau.

部首 Bộ thủ	牛 部 niú bù	豕 部 shǐ bù	禾 部 hé bù	足 部 zú bù	食 部 shí bù
意思 Nghĩa	gia súc	lợn	cây lúa	chân	thức ăn
字形 Cách viết	牛 牛	豕	禾	龰 足	食 食
例字 Ví dụ	物 牽	豬 豪	私 禿	趴 蹩	飯 餐

豬 肉 　 豪 飲 　 種 稻 　 走 路
牛 餅 　 物 象 　 跑 跳 　 餐 館
特 長 　 清 秀 　 吃 飽 　 跟 蹤
牽 手 　 租 稅

牛 ： ☐ ☐ ☐ ☐

豕 ： ☐ ☐ ☐

禾 ： ☐ ☐ ☐ ☐

足 ： ☐ ☐ ☐ ☐

食 ： ☐ ☐ ☐

聽力練習 *Luyện nghe*

tīnglì   liànxí

Nghe đối thoại và chọn câu trả lời tốt nhất.

Từ vựng bổ sung	
皮皮 pípí Pipi (tên một thú cưng)	重要 zhòngyào quan trọng
關門 guānmén đóng cửa	跑 pǎo chạy
回來 huílái trở lại, trở về	出去 chūqù đi ra ngoài; ra ngoài
不見 bújiàn biến mất, không thấy	床 chuáng giường

1. (   ) Họ đang tìm gì? (a) Người mẹ. (b) Người chồng. (c) Con chó. (d) Người vợ.

2. (   ) Người chồng nói có thể nó ở đâu? (a) Trong vườn. (b) Dưới giường. (c) Trong phòng. (d) Anh ta không nói.

3. (   ) Ai đi ra ngoài để tìm nó? (a) Cả hai vợ chồng. (b) Chỉ có chồng. (c) Chỉ có vợ. (d) Không điều nào đúng.

4. (   ) Tại sao người chồng lại mệt mỏi? (a) Bởi vì anh ấy đang tìm kiếm gì đó. (b) Bởi vì anh ấy đang nấu ăn. (c) Bởi vì anh ấy vừa đi làm về. (d) Không điều nào đúng.

5. (   ) Cuối cùng, điều họ đang tìm kiếm ở đâu? (a) Trên giường. (b) Dưới giường. (c) Trong vườn. (d) Tại cửa hàng.

第十課 我可不可以試試看？
dì shí kè wǒ kě bù kěyǐ shìshì kàn

🔘 **對話一** *Hội thoại 1*
duìhuà yī

(Chí Học rất yêu thích văn hóa Trung Hoa, anh ấy đã quyết định học thư pháp. Anh ấy đang luyện tập viết thư pháp ở trung tâm ngôn ngữ Hanlai thì Claire bước vào.)

愷俐：**嗨**，志學！你在做什麼？
kǎilì hāi zhìxué nǐ zài zuò shéme

志學：喔，**嚇我一跳**。我在練習**寫書法**。
zhìxué o xià wǒ yí tiào wǒ zài liànxí xiě shūfǎ

愷俐：哇，你的字好漂亮！你學了**多久**了？
kǎilì wā nǐ de zì hǎo piàoliàng nǐ xué le daōjiǔ le

志學：**快一年**了。
zhìxué kuài yì nián le

愷俐：好厲害哦！我可不可以**試試看**？
kǎilì hǎo lìhài o wǒ kě bù kěyǐ shìshì kàn

志學：可以啊。
zhìxué kěyǐ a

愷俐：那你可不可以教我？
kǎilì nà nǐ kě bù kěyǐ jiāo wǒ

志學：好是好，不過我還沒教過人。
zhìxué　　hǎo shì hǎo　　búguò wǒ hái méi jiāo guò rén

愷俐：你這麼聰明，一定沒問題的。
kǎilì　　nǐ zhè me cōngmíng　yídìng méi wèntí de

志學：好吧！一開始，要先把毛筆洗一洗。
zhìxué　　hǎo ba　　yì kāishǐ　　yào xiān bǎ máobǐ xǐ yì xǐ

(Claire rửa cọ.) 愷俐：好了。然後呢？
　　　　　　　kǎilì　　hǎo le　　ránhòu ne

志學：然後把紙放好。(Claire đặt tờ giấy xuống.)
zhìxué　　ránhòu bǎ zhǐ fàng hǎo

志學：接著，這樣握筆，你看。
zhìxué　 jiē zhe　　zhèyàng wò bǐ　　nǐ kàn

(Chí Học viết mẫu một chữ. Sau đó, đến lượt Claire viết.)

愷俐：是不是這樣？
kǎilì　　shì bú shì zhèyàng

志學：沒錯！你學得很快呢！
zhìxué　　méi cuò　　nǐ xué de hěn kuài ne

●生詞 *Từ vựng*
shēngcí

1 嗨 Chào
2 嚇……一跳 giật mình
3 寫 viết
4 書法 thư pháp
5 多久 bao lâu
6 快 gần
7 年 năm
8 試 thử
9 看 thử xem
10 過 qua, trải qua, diễn tả một hành động hay một kinh nghiệm đã trải qua

11 人 người
12 聰明 thông minh
13 吧 được rồi, nhé, nhớ ... (Dùng cuối câu, biểu thị sự đồng ý, khẳng định hoặc cho phép)
14 一開始 từ đầu, đầu tiên
15 要 phải; nên
16 把 đem; lấy. (Tân ngữ chịu tác động của động từ đi sau, cả kết cấu có nghĩa là "xử lý; cách làm".)

17 毛筆 bút lông
18 洗 rửa
19 好了 làm xong
20 然後 sau đó
21 紙 giấy
22 放 đặt
23 接著 kế tiếp
24 握 cầm, nắm, giữ
25 筆 cây bút

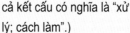

對話二 *Hội thoại 2*
duìhuà èr

(Claire đi bách hóa mua quần áo mới.)

專櫃小姐：Hello. May I help you?
zhuānguì xiǎojiě

愷俐：你好，我會說中文。
kǎilì   nǐhǎo   wǒ huì shuō zhōngwén

專櫃小姐：那太好了。請問需要什麼嗎？
zhuānguì xiǎojiě   nà tài hǎo le   qǐngwèn xūyào shé me ma

愷俐：我想買**上衣**跟**牛仔褲**。可以**麻煩**你**幫**我把
kǎilì   wǒ xiǎng mǎi shàngyī gēn niúzǎikù   kěyǐ máfán nǐ bāng wǒ bǎ

那條淺藍色的牛仔褲拿給我看嗎？
nà tiáo qiǎnlánsè de niúzǎikù ná gěi wǒ kàn ma

專櫃小姐：沒問題。(Cô ấy đưa quần jeans cho Claire.)
zhuānguì xiǎojiě   méiwèntí

愷俐：謝謝。小姐，請問我可不可以試試看？
kǎilì   xièxie   xiǎojiě   qǐngwèn wǒ kě bù kěyǐ shìshì kàn

專櫃小姐：**試穿**當然可以！來，我**帶**你去**試衣間**。
zhuānguì xiǎojiě   shìchuān dāngrán kěyǐ   lái   wǒ dài nǐ qù shìyījiān

愷俐：謝謝你！(Claire thử quần jeans.)
kǎilì   xièxie nǐ

專櫃小姐：小姐，這條牛仔褲好**適合**你哦！
zhuānguì xiǎojiě   xiǎojiě zhè tiáo niúzǎikù hǎo shìhé nǐ o

愷俐：真的嗎？我也覺得，看起來**好像變得**更年輕了。
kǎilì   zhēn de ma   wǒ yě jué de   kàn qǐlái hǎoxiàng biànde gèng niánqīng le

専櫃小姐：我們有一⁴¹款上衣，跟這條牛仔褲很
zhuānguì xiǎojiě　　wǒmen yǒu yì kuǎn shàngyī　gēn zhè tiáo niúzǎikù hěn

搭配⁴²，你要不要看一看？
dāpèi　　 nǐ yào bú yào kàn yí kàn

愷俐：太好了！麻煩你囉⁴³！
kǎilì　　 tài hǎo le　máfán nǐ luo

● 生詞 *Từ vựng*
shēngcí

26 専櫃小姐　nhân viên bán hàng

27 上衣　áo

28 牛仔褲　quần jeans

29 麻煩　làm phiền

30 幫　giúp

31 條　sợi; cái; con (lượng từ thường dùng cho đồ vật mảnh mà dài)

32 淺　nhạt

33 藍色　màu xanh dương

34 拿　cầm; cầm lấy

35 試穿　mặc thử

36 帶　dẫn; dẫn dắt

37 試衣間　phòng thử quần áo

38 適合　thích hợp, phù hợp

39 好像　dường như, có vẻ như

40 變得　trở nên

41 款　kiểu; kiểu dáng

42 搭配　tương xứng; xứng; hợp

43 囉　(trợ từ, dùng ở cuối câu, thể hiện sự khẳng định)

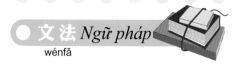

● **文法** *Ngữ pháp*
wénfǎ

1. 把 (bǎ)

"把" là từ được dùng rất phổ biến trong tiếng Hoa. Trong câu có chứa chữ "把", danh từ theo sau "把" là đối tượng bị chi phối của cả "把" và động từ. Câu chữ "把" biểu thị động tác tương ứng với người hoặc vật xác định (tân ngữ của "把"); hoặc nói rõ về ảnh hưởng, kết quả của động tác; biểu thị phương thức, nguyện vọng và mục đích…

Sau động từ luôn có sự bổ sung hoặc các nội dung mô tả khác.

Chủ ngữ + 把 + *Đối tượng* + *Động từ*			
楊老師	把	書	放在桌子上。 Cô Dương đặt cuốn sách lên bàn.
愷俐		三明治	吃完了。 Claire ăn hết bánh sandwich.
我		房間	掃乾淨了。 Tôi quét dọn phòng sạch sẽ.
法杜		電視機	打開了。 Pháp Đỗ mở TV lên.

🍎 [乾淨 gānjìng sạch sẽ; gọn]

＊Loại câu chữ "把" này thường chỉ rõ một đối tượng nhất định cho một người nào đó.

Chủ ngữ + 把 + *Đối tượng (cái gì đó)* + *Động từ* + *Đối tượng (ai đó)*				
希京	把	禮物	送給	愷俐了。 Higyeong đưa món quà tặng cho Claire.
店員		錢	找給	志學了。 Nhân viên bán hàng đưa tiền thừa cho Chí Học.
我		存摺	拿給	媽媽了。 Tôi đưa quyển sổ ngân hàng cho mẹ
學生		作業	交給	老師。 Học sinh nộp bài tập cho giáo viên.

🍎 [交 jiāo giao; nộp; đưa]

＊Khi "請" được sử dụng với "把", chủ ngữ thường được lược bỏ. Ví dụ:

(Chủ ngữ) + 請 + 把 + *Đối tượng* + *Động từ*			
請	把	書	翻到第八頁。 Hãy mở sách đến trang tám.
		門	打開。 Hãy mở cửa ra.
		飯	吃完。 Hãy ăn hết cơm.
		這些水果	洗一洗。 Hãy rửa trái cây này.

2. 多 (duō/duó)

"多" có hai cách đọc. Cách đọc thứ nhất thường được dùng trong các câu, như "很 多" (hěnduō) và "差不多" (chābùduō). Cách đọc thứ hai thường được dùng với các câu hỏi, như "多久" (duójiǔ) và "多大" (duódà). Trong tiếng Hoa, phó từ nghi vấn "多" có thể được đặt trước tính từ, để hỏi về mức độ của sự việc, có nghĩa như "bao nhiêu, cỡ nào" trong tiếng Việt. Cấu trúc "多 + tính từ".

多 + *tính từ*		
多久	A: 從我家到學校很遠。	Từ nhà tôi đến trường rất xa.
	B: 坐公車要**多久**？	Đi xe buýt mất bao lâu?
	A: 大約五十分鐘。	Khoảng năm mươi phút.
多便宜	A: 這本字典很便宜。	Quyển từ điển này rất rẻ.
	B: 有**多便宜**？	Rẻ thế nào?
	A: 才九十九元。	Chỉ 99 đồng thôi.
多好吃	A: 我媽媽做的菜很好吃！	Mẹ tôi nấu ăn rất ngon!
	B: 有**多好吃**？	Ngon thế nào?
	A: 我已經吃三碗飯了。	Tôi đã ăn ba chén cơm rồi.
多大	A: 故宮博物院很大。	Bảo tàng Cung điện Quốc gia rất lớn.
	B: 有**多大**？	Lớn bao nhiêu? (Lớn cỡ nào?)
	A: 參觀一天都不夠。	Tham quan một ngày cũng không đủ.

🍎 [分鐘 fēnzhōng phút]   [碗 wǎn tô, chén, bát]

3. 得 (de) **và 的** (de)

Trợ từ "得" và "的" đều có chức năng tu sức cho thành phần đứng trước nó.

✳ "得" được đặt giữa động từ và tính từ biểu thị bổ ngữ hoặc mức độ.

Động từ / Tính từ	+	得	
他	走		很遠。Anh ấy đi bộ rất xa.
妹妹的書法	寫		很好。Em gái tôi viết thư pháp rất tốt.
我女朋友唱歌	唱	得	很好聽。 Bạn gái tôi hát rất hay.
你	說		太快，我聽不懂。Bạn nói nhanh quá, tôi nghe không hiểu.

＊ "的" chỉ đứng sau định ngữ. Ví dụ:

Danh từ làm định ngữ	法杜的衣服很漂亮。 Quần áo của Fatou rất đẹp.
Tính từ làm định ngữ	新的衣服在房子裡。 Quần áo mới đang ở trong phòng.
Định ngữ biểu thị quan hệ sở hữu	我們的學校在臺北。 Trường của chúng tôi ở Đài Bắc.
Đại từ quan hệ làm định ngữ	你昨天買的那件牛仔褲。 Quần jean bạn mua hôm qua.

4. 試試看 (shìshì kàn)

Trong bài 7, chúng ta học qua cách dùng "看看". Hình thức giản lược các động từ đơn là "VV" hoặc "V 一 V", ví dụ "想想" hoặc "想一想" và "等等" hoặc "等一等". Trong bài học này, mẫu là "VV 看." Ví dụ, "試試看".

Sự lặp lại của một động từ có chức năng ngụ ý một thời gian ngắn cho hành động đó hoặc thể hiện ý tưởng cho một cái gì đó.

So sánh "VV" và "VV 看". "VV" nhấn mạnh hành động thoải mái hơn, tự do hơn, và có thể không có mục đích. "VV 看" nhấn mạnh hành động có mục đích rõ ràng.

V V 看	
寫寫看	我來寫寫看這個中文字。Tôi sẽ viết thử từ này.
唱唱看	你來唱唱看中文歌，好嗎？ Bạn hãy hát thử bài tiếng Hoa nhé?
說說看	請她說說看臺灣旅行的經驗。 Hãy mời cô ấy nói về chuyến du lịch Đài Loan.
問問看	你可以問問看志學，這句西班牙文怎麼說。 Bạn có thể hỏi Chí Học, câu này tiếng Tây Ban Nha nói như thế nào.

[唱 chàng ca; hát] [歌 gē bài hát; bài ca] [旅行 lǚxíng du lịch] [經驗 jīngyàn kinh nghiệm]

換你試試看 Đến lượt bạn!
huàn nǐ shìshìkàn

Thử thách 1

Chọn phiên âm đúng.

1. (　　) 練習　　　A. liànxí　　　B. lièxí　　　C. liànxì

2. (　　) 寫書法　　A. xué shūfǎ　　B. xiě shúfá　　C. xiě shūfǎ

3. (　　) 聰明　　　A. cóngmíng　　B. cōngmíng　　C. sōngmǐng

4. (　　) 牛仔褲　　A. liúzikù　　B. niúrénkù　　C. niúzǎikù

5. (　　) 適合　　　A. shìhé　　　B. sīhé　　　C. sīhè

6. (　　) 麻煩　　　A. máfán　　　B. māfān　　　C. màfàn

Thử thách 2

Đặt câu với chữ 把 và VV看.

I. 把　Ví dụ: **存摺／找到** → 我把存摺找到了。

1. 晚飯／做好

→

2. 作業／寫完

→

3. 課文／念了一次

→

4. 咖啡／喝完 [咖啡 kāfēi cà phê]　[喝 hē uống]

→

5. 衣服／洗好

→

II. 把　Ví dụ：**專櫃小姐／牛仔褲／我**
　　　　→　專櫃小姐把牛仔褲拿給我。

1.老師／生詞／我們

→

2.我／錢／店員

→

3.店員／便當／我

→

4.男朋友／花／女朋友

→

5.哥哥／車／弟弟

→

III. 把　Ví dụ：**書本／放／桌上**　→　請把書本放在桌上。

1.車／停／家門口

→

2.錢／存／銀行裡

→

3.衣服／放／櫃子裡

→

4.今天教的生詞／寫／紙上

→

5.書／放／抽屜裡

→

IV. VV看　Ví dụ：**來／這個／想想看／我／問題**
　　　　　　→　我來想想看這個問題。

1.我的／你來／中文／寫寫看／名字

→

2.吃吃看／我做的／大家／日本料理

→

3.這杯／很好喝的／你／喝喝看／咖啡

→

4.單字的／試試看／這個／造句／志學

→

5.我來／學學看／中文歌／怎麼／唱

[歌 gē bài hát]　[唱 chàng ca hát]

→

Thử thách 3

Sắp xếp các từ để tạo câu hoàn chỉnh.

Ví dụ：**穿穿看／很漂亮／你／這一件／衣服**
　　　　→　這一件衣服很漂亮，你穿穿看。

1.存摺／我／放在／了／把／抽屜裡

→

2.請／幫／我／找找看／我的／印章

→

3.媽媽／做／很好吃／得／的／中國菜

→

4. 請／書／拿／把／給／我

→

5. 中文課／楊老師／教／得／很好／的

→

Thử thách 4

Tìm các từ có các bộ thủ như bên dưới.

部首 Bộ thủ	宀 部 mián bù	糸 部 mì bù	艸 部 cǎo bù	广 部 yǎn bù	辵 部 chuò bù
意思 Nghĩa	ngôi nhà	sợi tơ nhỏ	cỏ	mái nhà	chợt bước đi chợt dừng lại
字形 Cách viết	宀	糸　糹	艹	广	辶
例字 Ví dụ	室　寶	素　紙	英　草	床　庫	這　逛

紐約　客廳　起床　花蓮　邊線　舊家　結婚
安康　廁所　草莓　連續　廠商　教室　進度

宀 :　☐　☐　☐　☐

糸 :　☐　☐　☐　☐　☐

艸 :　☐　☐　☐　☐

广 :　☐　☐　☐　☐　☐

辵 :　☐　☐

聽力練習 *Luyện nghe*
tīnglì liànxí

Nghe đoạn đối thoại và chọn câu trả lời tốt nhất.

Từ vựng bổ sung
改變 gǎibiàn thay đổi
小桌子 xiǎozhuōzi bàn nhỏ
位子 wèizi chỗ ngồi
搬 bān dọn; chuyển
移 yí di chuyển
動手 dòngshǒu bắt đầu làm; bắt tay vào làm, động thủ
電話 diànhuà điện thoại
桌巾 zhuōjīn khăn trải bàn

1. (   ) Họ đang di chuyển những gì? (a) Tivi và bàn nhỏ. (b) Một cái bàn nhỏ và ghế sofa. (c) Chỉ có một cái bàn nhỏ. (d) Chỉ có một chiếc ghế sofa.

2. (   ) Bên cạnh ghế sofa là gì? (a) Một cái tivi (b) Một cái bàn nhỏ. (c) Điện thoại. (d) Khăn trải bàn.

3. (   ) Họ đã chuyển tivi về hướng nào? (a) Về bên trái. (b) Về bên phải. (c) Họ đã không di chuyển nó. (d) Họ chuyển nó về phía trước.

4. (   ) Họ đặt gì lên trên bàn? (a) Một cuốn sách. (b) Một miếng vải. (c) Một cái tivi (d) Một cái điiện thoại.

5. (   ) Fǎdù cung cấp gì? (a) Một cuốn sách. (b) Một tấm khăn trải bàn. (c) Một cái tivi (d) Một cái điện thoại.

第十一課 我的頭好痛
dì　shíyī　kè　wǒ　de　tóu　hǎo　tòng

🔵 **對話一** *Hội thoại 1*
duìhuà　yī

(Claire và Pháp Đỗ đang xem ti vi trong phòng khách. Đột nhiên, Pháp Đỗ cảm thấy không khỏe.)

法杜：噢[1]！(Ôm đầu.)
fǎdù　　òu

愷俐：法杜，怎麼了？
kǎilì　　fǎdù　　zěnme le

法杜：我覺得很不舒服[2]。我的頭[3]好痛[4]！
fǎdù　　wǒ jué de hěn bù shūfú　　wǒ de tóu hǎo tòng

愷俐：你去看過醫生[5]了嗎？
kǎilì　　nǐ qù kàn guò yīshēng le ma

法杜：還沒。
fǎdù　　háiméi

愷俐：那我們現在就去看醫生吧！
kǎilì　　nà wǒmen xiànzài jiù qù kàn yīshēng ba

🔵 **生詞** *Từ vựng*
shēngcí

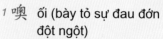

1 噢 ối (bày tỏ sự đau đớn đột ngột)
2 舒服 thoải mái, dễ chịu
3 頭 đầu
4 痛 đau
5 醫生 bác sĩ

(In a clinic near their flat.)

醫生：你好，請問你哪裡不舒服？
yīshēng　　nǐhǎo　　qǐngwèn nǐ　nǎlǐ　bù　shūfú

法杜：我的頭好痛。
fǎdù　　　wǒ　de tóu hǎo tòng

醫生：來，我看看……。
yīshēng　　lái　　wǒ　kànkàn

(Vài giây trôi qua.)

愷俐：是不是感冒了？
kǎilì　　shì bú shì gǎnmào le

醫生：不是，她沒發燒、也沒咳嗽，應該不是感冒。
yīshēng　　bú shì　　tā méi fāshāo　　yě méi késòu　　yīnggāi bú shì gǎnmào

法杜：我有頭痛的毛病，在甘比亞的時候就常常
fǎdù　　　wǒ yǒu tóutòng de máobìng　　zài　gānbǐyà　de shíhòu jiù chángcháng

頭痛了。
tóutòng le

醫生：放心，問題不大，我一定會把你治好。
yīshēng　　fàngxīn　　wèntí bú dà　　wǒ yídìng huì bǎ nǐ zhì hǎo

(Sau khi được chẩn đoán xong, Claire và Pháp Đỗ đợi bác sĩ kê toa.)

愷俐：幸好，醫生說你的頭痛
kǎilì　　xìnghǎo　　yīshēng shuō nǐ　de tóutòng

不嚴重，吃幾天的藥就
bù yánzhòng　　chī jǐ tiān de yào jiù

會好了。
huì hǎo le

●生詞 *Từ vựng*
shēngcí

6 感冒　cảm lạnh
7 發燒　sốt
8 咳嗽　ho
9 頭痛　đau đầu
10 毛病　bệnh, ốm vặt
11 時候　thời điểm, thời gian
12 常常　thường xuyên
13 問題　vấn đề
14 治好　chữa khỏi

●生詞 *Từ vựng*
shēngcí

15 幸好　may mắn
16 嚴重　nghiêm trọng
17 藥　thuốc
18 好　tốt, khỏe

法杜： 我覺得當 醫生[19] 能救人[20]，真好。
fǎdù　　wǒ　jué de dāng　yīshēng　néng jiù rén　zhēn hǎo

我以後一定要 成為[21] 一位好醫生。
wǒ　yǐhòu　yídìng　yào　chéngwéi　yí　wèi　hǎo yīshēng

愷俐： 加油[22]！
kǎilì　　jiāyóu

(Một y tá tại quầy thuốc gọi tên Pháp Đỗ đến nhận thuốc.)

護士[23]： 賈法杜小姐！
hùshì　　jiǎ　fǎdù　xiǎojiě

法杜： (đi đến quầy thuốc.) 是！
fǎdù　　　　　　　　　　shì

護士： 這 種[24] 藥[25]三餐[26]飯後吃，另一 種 藥睡[27]前吃[28][29]。
hùshì　　zhè　zhǒng　yào sāncān fànhòu chī　lìng　yì　zhǒng　yào shuìqián chī

記得這幾天不要喝[30]冰[31]水[32]！
jìdé　zhè　jǐ　tiān　bú　yào　hē bīng shuǐ

法杜： 好，謝謝你！
fǎdù　　hǎo　xièxie　nǐ

 ● 對話二 *Hội thoại 2*
duìhuà　èr

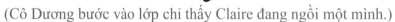

(Cô Dương bước vào lớp chỉ thấy Claire đang ngồi một mình.)

老師： 愷俐，早安！
lǎoshī　　kǎilì　　zǎoān

愷俐： 楊老師，早安！
kǎilì　　yáng　lǎoshī　　zǎoān

老師： 奇怪了[33]，怎麼[34]只有你一個人？其他[35]同學呢？
lǎoshī　　qíguài　le　　zěnme　zhǐyǒu　nǐ　yí　ge　rén　　qítā　tóngxué　ne

愷俐：法杜 **生病** 了，她頭痛不舒服，所以沒來。
kǎilì　　fǎdù　shēngbìng　le　　tā　tóutòng　bù　shūfú　　suǒyǐ　méi　lái

老師：那偉立呢？他不是**一向**都很**健康**嗎？
lǎoshī　　nà　wěilì　ne　　tā　bú　shì　yíxiàng　dōu hěn jiànkāng　ma

愷俐：聽說他也 生病 了。好像是**胃痛**吧！
kǎilì　　tīngshuō tā　yě　shēngbìng　le　　hǎoxiàng　shì　wèitòng　ba

他一直**拉肚子**。
tā　yìzhí　lā　dùzi

老師：不會吧！那希京呢？
lǎoshī　　bú　huì　ba　　nà　xījīng　ne

愷俐：希京上**樓梯**的時候**不小心 跌倒**，**扭到腳**了。
kǎilì　　xījīng shàng　lóutī　de　shíhòu　bù　xiǎoxīn　diédǎo　　niǔ dào jiǎo　le

●生詞 *Từ vựng*
shēngcí

19 能　có thể	32 水　nước
20 救　cứu	33 奇怪　kỳ quái; kỳ lạ
21 成為　trở thành	34 怎麼　thế nào; sao; làm sao
22 加油　cố gắng, cố lên	35 其他　khác
23 護士　y tá	36 生病　bị bệnh
24 種　loại	37 一向　từ trước tới nay
25 餐　bữa ăn	38 健康　khỏe mạnh
26 飯　cơm	39 胃痛　đau bụng
27 另　khác	40 拉肚子　bị tiêu chảy
28 睡　ngủ	41 樓梯　cầu thang
29 前　trước	42 不小心　không cẩn thận
30 喝　uống	43 跌倒　vấp ngã, ngã; té nhào
31 冰　đá; lạnh	44 扭到腳　bong gân, trật chân

老師：真慘[45]，那志學呢？志學不會也出事[46]了吧！
lǎoshī　zhēn cǎn　　nà zhìxué ne　　zhìxué bú huì yě chūshì　le　ba

愷俐：志學最[47]可憐，他出車禍[48] 受傷[49] 了。
kǎilì　　zhìxué zuì kělián　　tā chū chēhuò shòushāng　le

他們現在都在醫院[50]裡。
tāmen　xiànzài dōu zài　yīyuàn　lǐ

老師：天啊[51]？怎麼會[52]這樣？希望他們都早日康復[53]！
lǎoshī　　tiān a　　zěnme huì zhèyàng　　xīwàng tāmen dōu zǎorì　kāngfù

愷俐：老師也要 保重[54] 身體[55] 喔！
kǎilì　　lǎoshī yě yào bǎozhòng　shēntǐ　o

● 生詞 *Từ vựng*
shēngcí

45 慘　thê thảm; thảm thương; thảm thiết

46 出事　xảy ra sự cố; xảy ra tai nạn

47 最　nhất

48 出車禍　tai nạn giao thông

49 受傷　bị thương

50 醫院　bệnh viện

51 天啊　ôi trời ơi

52 怎麼會　làm sao có thể xảy ra...

53 早日康復　sớm hồi phục sức khoẻ

54 保重　bảo trọng; chú ý giữ gìn sức khoẻ

55 身體　thân thể; cơ thể

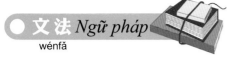

文法 *Ngữ pháp*
wénfǎ

1. 過 (guò) : qua

＊Trong tiếng Hoa, "過" thường được sử dụng để biểu thị động tác, hành vi hoặc trạng thái đã xảy ra, đã từng có một tình huống hoặc kinh nghiệm nào đó. "過" phải được đặt ngay sau động từ. Cấu trúc câu cơ bản là:

Chủ ngữ + *Động từ* + 過			
我的哥哥	住	過	臺灣。 Anh trai tôi đã từng sống ở Đài Loan.
偉立	學		中文。 Vĩ Lập đã học qua tiếng Trung.
我	吃		感冒藥了。 Tôi đã uống thuốc cảm rồi.
我的爸爸和媽媽	參觀		故宮博物院。 Ba mẹ tôi đã tham quan (qua) Bảo tàng Cung điện Quốc gia.

＊Thể phủ định là "沒(有)……過".

Chủ ngữ + 沒(有) + *Động từ* + 過			
弟弟		住	臺灣。 Em trai không (chưa từng) sống ở Đài Loan.
法杜	沒(有)	吃	過	滷味。 Fatou chưa ăn qua lǔwèi.
姊姊		去	歐洲。 Chị gái chưa đi qua châu Âu.
我		聽	她要參加我的生日派對。 Tôi chưa nghe cô ấy nói muốn tham dự tiệc sinh nhật của tôi.

🍎 [弟弟 dìdi em trai]   [滷味 lǔwèi đồ luộc thuốc bắc]

＊Có hai câu hỏi sử dụng "過". Một là "有沒有 + Động từ + 過", và một là "……過……沒(有)". Hai mẫu câu này có chức năng như nhau, nhưng mẫu câu thứ hai có thể biểu thị một ý nghĩa khác, tùy thuộc vào ngữ cảnh. Ví dụ:

Chủ ngữ + 有沒有 + *động từ* + 過			
陳老師		去	甘比亞? Cô Trần đã từng đi Gambia chưa?
你的妹妹	有沒有	來	過	臺灣? Em gái của bạn đã từng đến Đài Loan chưa?
你		寫	書法? Bạn đã từng viết thư pháp chưa?
你		看	電影? Bạn đã từng xem phim chưa?

Chủ ngữ + động từ + 過 + 沒有					
陳老師	去		甘比亞		Cô Trần đi Gambia bao giờ chưa?
你的妹妹	來	過	臺灣	沒(有)？	Em gái của bạn đến Đài Loan bao giờ chưa?
你	寫		書法		Bạn viết thư pháp bao giờ chưa?
你	看		電影		Bạn xem phim bao giờ chưa?

🍎 [電影 diànyǐng phim ảnh]

2. **的時候** (de shíhòu) 、 **現在** (xiànzài) 、 **以後** (yǐhòu) 、 **以前** (yǐqián)
Các từ diễn đạt thời gian như "……的", "現在", "以後" và "以前" có thể đóng vai trò là một đại từ chỉ thời gian xảy ra hành động hoặc trạng thái.

Nó có thể mô tả những điều xảy ra trong quá khứ, tương lai, cũng như những điều xảy ra liên tục.

＊ **的時候** (de shíhòu) có nghĩa tương tự như "khi", biểu thị khoảng thời gian khi hành động hay sự kiện diễn ra. Ví dụ:

……的時候		
在美國	的時候	我每個月都去爬山。 Khi ở Mỹ, tháng nào tôi cũng đi leo núi.
考試		老師常常走來走去。 Trong kỳ kiểm tra, giáo viên thường đi đi lại lại.
天氣熱		我喜歡喝冰水。 Khi trời nóng, tôi thích uống nước đá.
生病		要記得多多休息。 Khi bị bệnh, hãy nhớ nghỉ ngơi nhiều hơn.

🍎 [天氣 tiānqì thời tiết]   [熱 rè nóng]

＊ **現在** (xiànzài) có nghĩa là "bây giờ", "ngay bây giờ", "tại thời điểm hiện tại"....

現在		
我們		就去吃飯。Chúng ta sẽ đi ăn ngay bây giờ.
志學	現在	很忙。Chí Học bây giờ đang bận.
		法杜華語說得很好。Hiện giờ Pháp Đỗ nói tiếng Hoa rất tốt.
		我頭好痛。Đầu tôi đang đau.

✳ 以前 (yǐqián) và 以後 (yǐhòu) có nghĩa là "trước khi" và "sau khi". Một thời điểm cụ thể hoặc cụm từ tu sức hành động có thể được chèn vào trước "以後" hoặc "以前" để biểu thị một sự việc nào đó trước/ sau khi xảy ra. Ví dụ:

以前		
來臺灣		我不會說華語。 Trước khi tôi đến Đài Loan, tôi không thể nói tiếng Hoa.
回國	以前	我要會說華語。 Trước khi về nước, tôi muốn nói được tiếng Hoa.
三個月		我的妹妹在俄羅斯念書。 Ba tháng trước, em gái tôi học ở Nga.
回家		我和愷俐要一起去買東西。 Trước khi về nhà, Claire và tôi cùng đi mua sắm.

以後		
來臺灣		他開始學習華語。 Sau khi đến Đài Loan, anh ấy bắt đầu học tiếng Hoa.
認識你	以後	我華語說得更好了。 Sau khi quen bạn, tiếng Hoa của tôi tốt hơn.
吃飯		再吃藥。 Uống thuốc sau khi ăn.
下課		我們一起去唱歌。 Sau giờ học, chúng ta có thể cùng đi hát.

🍎 [學習 xuéxí học, học tập]　[唱歌 chànggē ca hát]

3. 就 (jiù)

Trong bài học 5, chúng ta đã học được rằng "就" có hai nghĩa. 就 1 có nghĩa là "chính là" hoặc "ngay". 就 2 là một trạng từ quan hệ. Trong bài học này, chúng ta sẽ ôn lại hai cách sử dụng này và học hỏi thêm hai nghĩa nữa.

＊就1: có nghĩa như "ngay" hoặc "chính là". Nó được dùng để nhấn mạnh, khẳng định một thực tế, hoặc nhấn mạnh một điều gì đó.

她就是我們的老師。	Cô ấy (chính là) là giáo viên của chúng tôi.
生病就要看醫生。	Khi bị bệnh thì phải đi khám bác sĩ.
這裡就是我的家。	Nơi này (chính là) nhà của tôi.
今天就是中秋節。	Hôm nay là (chính là) Tết Trung thu.

🍎 [中秋節 zhōngqiūjié Tết Trung Thu]

＊就2: thường được dùng để gợi ý rằng một hành động xảy ra nhanh chóng. Nó cũng được dùng để chỉ một hành động hoặc sự kiện diễn ra ngay sau một hành động/ sự kiện nào đó.

我們現在就去醫院。	Chúng ta hãy đi đến bệnh viện ngay bây giờ.
你剛來怎麼就要走。	Anh vừa đến sao lại đi ngay thế?
我早上六點就起床。	6 giờ sáng tôi đã dậy rồi.
妳喜歡這一件衣服就買吧！	Em thích bộ quần áo này thì mua đi!

🍎 [起床 qǐchuáng dậy, thức dậy]

＊就3: Chức năng như một phó từ kết nối kết luận với tình huống diễn ra trước đó.

立山下課以後，就去工作。　Sau khi Lập Sơn tan học liền đi làm.
既然大家都認識，我就不介紹了。 Mọi người đều biết nhau rồi thì tôi sẽ không giới thiệu nữa.
你覺得身體不舒服，就在家裡休息。 Nếu bạn cảm thấy không khỏe thì nghỉ ngơi ở nhà đi.
你不會的問題，就問老師。 Vấn đề bạn không hiểu thì hãy hỏi giáo viên.

＊就4: Là một trạng từ, thường kết nối hai động từ hoặc nhiều cụm động, diễn tả sự việc này diễn ra ngay sau khi sự việc trước kết thúc.

我回家**就**寫作業。	Tôi về nhà liền làm bài tập ngay.
我叫張志學，叫我志學**就**好。 Tên tôi là Zhāng Zhìxué, gọi tôi Zhìxué là được.	
他們到了醫院**就**打電話給楊老師。 Họ đến bệnh viện liền gọi ngay cô Dương.	
爸爸一到臺灣**就**去參觀故宮。 Ba tôi vừa đến Đài Loan liền đi tham quan Cố Cung.	

🍎 [打電話 dǎ diànhuà gọi điện thoại]

4. 身體 (shēntǐ) Cơ thể

頭 tóu đầu

手 shǒu tay

眼睛 yǎnjīng mắt

肩膀 jiānbǎng vai

鼻子 bízi mũi

牙齒 yáchǐ răng

背（部）bèi(bù) lưng

嘴 zuǐ miệng

腰（部）yāo(bù) eo

胃（部）wèi(bù) bao tử, dạ dày

大腿 dàtuǐ đùi

小腿 xiǎotuǐ bắp chân

腳 jiǎo bàn chân

腳踝 jiǎohuái mắt cá

5. 身體的病痛 (shēntǐ de bìngtòng) Đau nhức, bệnh tật trên cơ thể

Trong tiếng Hoa, chúng ta thường dùng "痛" (tòng) và "痠" (suān) để diễn tả nơi cơ thể bị đau, nhức, hay khó chịu.

頭痛 tóutòng nhức đầu

流鼻涕 liúbítì sổ mũi

打噴涕 dǎpēntì hắt hơi

眼睛痛 yǎnjīngtòng đau mắt

肩膀痛 jiānbǎngtòng đau vai

牙痛 yátòng đau răng

嘴破 zuǐpò lở miệng

胃痛 wèitòng đau bụng, đau bao tử

肚子痛 dùzitòng đau bụng

腰痠 yāosuān đau hông

腳痛 jiǎotòng đau chân

腿痛 tuǐtòng đau chân

腿痠 tuǐsuān nhức chân, mỏi chân

● 換你試試看 *Đến lượt bạn!*
huàn nǐ shìshìkàn

Thử thách 1

Chọn phiên âm đúng.

1. ( ) 不舒服　　A. bùshūfú　　B. búshūfú　　C. bǔshūfú

2. ( ) 感冒　　　A. gǎnmào　　B. gānmào　　C. gànmào

3. ( ) 頭痛　　　A. tòutóng　　B. dóudòng　　C. tóutòng

4. ( ) 健康　　　A. jiànkān　　B. jiǎnkàng　　C. jiànkāng

5. ( ) 咳嗽　　　A. késhù　　　B. gèsòu　　　C. késòu

6. ( ) 嚴重　　　A. yánzōng　　B. yánzǒng　　C. yánzhòng

7. ( ) 加油　　　A. jiāyóu　　　B. qiāyóu　　　C. xiāyóu

8. ( ) 其他　　　A. jītà　　　　B. qítā　　　　C. xǐtǎ

9. ( ) 跌倒　　　A. diédào　　B. tiándào　　C. diédǎo

10. ( ) 早日康復　A. cǎorì gāngfù　B. zǎorì gāngfù　C. zǎorì kāngfù

Thử thách 2

Điền vào chỗ trống.

I.　**上過　　有沒有　　找過　　參觀過　　吃過　　看過**

Ví dụ: 你　__上過__　書法課沒有？

1. 你 ＿＿＿＿＿＿＿＿ 醫生了嗎？

2. 同學們 ＿＿＿＿＿＿ 去歐洲旅行過？

3. 你 ＿＿＿＿＿＿＿＿ 晚飯沒有？

4. 你在找存摺嗎？你 ＿＿＿＿＿＿ 抽屜沒有？

5. 昨天你的爸爸媽媽有沒有＿＿＿＿＿＿故宮？

II.

| 晚上六點的時候 | | 以後 | 現在 | 以前 |
| 吃飯的時候 | | 放假的時候 | | |

Ví dụ: <u>晚上六點的時候</u>，媽媽在廚房裡做飯。

1. _____ 這本字典打六折。

2. 下課 _____ 我們一起去醫院看志學。

3. _____，你會做什麼？

4. 睡覺 _____ 記得要吃藥。

5. _____，我喜歡看電視。

III.

| 就帶 | 就上課 | 就是 | 就睡覺 |
| 就去 | 就學 | | |

Ví dụ: 我們 <u>就帶</u> 水果去看志學。

1. 偉立 _____ 我的鄰居。

2. 愷俐下課以後 _____ 補習班教英文。

3. 早上八點我 _____ 。

4. 我一到臺灣 _____ 中文。

5. 我昨天晚上九點 _____ 。

Thử thách 3

Đọc hiểu và trả lời câu hỏi.

醫生：林小姐，你哪裡不舒服呢？
yīshēng　lín xiǎojiě　nǐ　nǎlǐ　bùshūfú　ne

安惠：醫生，我一直流鼻水和咳嗽，全身都不舒服。
ānhuì　yīshēng　wǒ yìzhí liúbíshuǐ hàn késòu quánshēn dōu bùshūfú

醫生：從什麼時候開始呢？
yīshēng　cóng shéme shíhòu kāishǐ ne

安惠：今天早上。
ānhuì　jīntiān zǎoshàng

醫生：有沒有發燒、頭痛呢？
yīshēng　yǒu méiyǒu fāshāo　tóutòng ne

安惠：沒有。
ānhuì　méiyǒu

醫生：還有沒有哪裡不舒服？
yīshēng　hái yǒu méiyǒu nǎlǐ bù shūfú

安惠：我想沒有吧！
ānhuì　wǒ xiǎng méiyǒu ba

感冒藥
林 安 惠 先生 小姐
用法： 每日　4　次　3　日份　　C.C 每飯後及睡前服用　　　　1　包 　　　　　　　　　　　　　　粒 每　　　小時服用　　　　　C.C. 　　　　　　　　　　　　　包 　　　　　　　　　　　　　粒 陳醫生診所 台北市忠孝東路三段888號 電話：02-2456-7890 中華民國 98 年 9 月 15 日

醫生：那你只是小感冒。這 種 藥你帶回去吃，
yīshēng　nà　nǐ　zhǐ shì xiǎo gǎnmào　zhè zhǒng yào nǐ dài huí qù chī

一天四次，三餐飯後和睡前。
yì tiān sì cì　sān cān fàn hòu hàn shuì qián

我給你三天份的藥。記得要多休息喔！
wǒ gěi nǐ sān tiān fèn de yào　jì dé yào duō xiūxí o

安惠：謝謝你，醫生！
ānhuì　xièxiè nǐ　yīshēng

Chọn đáp án đúng.

1. (　　) Ai không được khỏe? A. Chen Weili. B. Bác sĩ Trần. C. Lin Anhui.

2. (　　) Khi nào Anhui bắt đầu bị sổ mũi và ho? A. Sáng hôm qua.
B. Ngày hôm kia. C. Sáng nay.

3. (　　) Bác sĩ đã cho Anhui loại thuốc nào? A. Thuốc bao tử B. Thuốc cảm.
C. Bác sĩ không khai thuốc cho cô ấy.

4. (   ) Anhui nên uống thuốc bao nhiêu lần một ngày? A.Bốn lần.
B. Ba lần. C. Một lần.

5. (   ) Anhui nên uống thuốc trong bao lâu? A. Bốn ngày. B. Ba ngày.
C. Một ngày.

6. (   ) Khi nào Anhui nên uống thuốc? A. Trước mỗi bữa ăn và trước khi đi
ngủ. B. Sau bữa ăn và trước khi đi ngủ. C. Trong khi ăn.

Thử thách 4

Tìm các từ có các bộ thủ như bên dưới.

部首 Bộ thủ	疒 部 chuáng bù	曰 部 yuē bù	月 部 yuè bù	虫 部 huǐ bù	隹 部 zhuī bù
意思 Nghĩa	bệnh	lời nói	mặt trăng	côn trùng	loài chim nhỏ
字形 Cách viết	疒	曰	月	虫	隹
例字 Ví dụ	痛 病	會 曲	有 朋	蟲 蛋	雞 隻

書畫 集合 雞蛋 病蟲 朦朧 最近 更會 高雄
蜜蜂 雖然 痠痛 蝴蝶 期望 朋友 歌曲 癌症

疒 : ☐ ☐ ☐ ☐ ☐

曰 : ☐ ☐ ☐ ☐

月 : ☐ ☐ ☐ ☐

虫 : ☐ ☐ ☐ ☐ ☐

隹 : ☐ ☐ ☐

聽力練習 *Luyện nghe*
tīnglì   liànxí

Nghe đối thoại và chọn câu trả lời đúng nhất.

Từ vựng bổ sung		
臺大醫院	táidà yīyuàn	Bệnh viện Đại học Quốc gia Đài Loan
病房	bìngfáng	phòng bệnh

1. (　　) Zhìxué đang ở đâu? (a) Tại nhà. (b) Bệnh viện Đại học Quốc gia Đài Loan. (c) Bệnh viện Đại học Quốc gia Đài Bắc. (d) Không điều nào đúng.

2. (　　) Khi nào bạn của Zhìxué sẽ đến thăm anh ấy? (a) Sáng nay. (b) Sáng mai. (c) Trước giờ học. (d) Sau giờ học.

3. (　　) Phòng bệnh nào là Zhìxué đang ở? (a) 1288. (b) 12. (c) 1280. (d)128.

4. (　　) Bạn của Zhìxué sẽ mang gì? (a) Hoa. (b) Tiền. (c) Trái cây. (d) Không có gì.

5. (　　) Cô Yáng đưa Kǎilì bao nhiêu tiền? (a) Một trăm đồng. (b) Một ngàn đồng. (c) Năm trăm đồng. (d) Mười nghìn đồng.

第十二課 我希望明年能去日本留學
dì shíèr kè wǒ xīwàng míngnián néng qù rìběn liúxué

● 對話一 Hội thoại 1
duìhuà yī

(Một vài ngày trước đêm giao thừa, lớp của cô Dương đang thưởng thức cà phê trong tiệm gần trung tâm ngôn ngữ. Họ đang nói chuyện về tương lai.)

老師：時間¹過得真快，一年又過了！
lǎoshī　　shíjiān guò de zhēn kuài　　yì nián yòu guò le

我先祝福²大家，新年³快樂！
wǒ xiān zhùfú dàjiā　　xīnnián kuàilè

全⁴班⁵：老師，新年快樂！
quánbān　　lǎoshī　　xīnnián kuàilè

老師：那我們今天就來談⁶談新年的新希望⁷。
lǎoshī　　nà wǒmen jīntiān jiù lái tántán xīnnián de xīn xīwàng

愷俐，你先來。
kǎilì　　nǐ xiān lái

愷俐：我希望明年能去日本留學。
kǎilì　　wǒ xīwàng míngnián néng qù rìběn liúxué

聽說日本很漂亮！
tīngshuō rìběn hěn piàoliàng

● 生詞 Từ vựng
shēngcí

1 時間 thời gian
2 祝福 chúc phúc; chúc; chúc mừng
3 快樂 vui vẻ
4 全 Toàn
5 班 lớp
6 談 nói; nói chuyện; thảo luận
7 希望 hi vọng, điều ước vọng

法杜：**換**我了！我希望以後可以當一位好醫生。
fǎdù　　huàn wǒ le　　wǒ xīwàng yǐhòu　kěyǐ dāng yí wèi hǎo yīshēng

老師：很好！偉立，你呢？
lǎoshī　hěn hǎo　wěilì　　nǐ ne

偉立：我希望我可以跟我老婆一起**搬**到**鄉下**去住。
wěilì　　wǒ xīwàng wǒ kěyǐ gēn wǒ lǎopó　yìqǐ bān dào xiāngxià qù zhù

老師：鄉下**空氣**好，人又親切，我也喜歡鄉下。
lǎoshī　xiāngxià kōngqì hǎo　rén yòu qīnqiè　wǒ yě xǐhuān xiāngxià

　　　希京，你呢？
　　　xījīng　　nǐ ne

希京：**如果**可以的話，我想**留**在臺灣念**研究所**。
xījīng　　rúguǒ　kěyǐ dehuà　wǒ xiǎng liú zài táiwān niàn yánjiùsuǒ

老師：我記得你說過想 念 **政治**，對吧？
lǎoshī　wǒ jìdé　nǐ shuō guò xiǎng niàn zhèngzhì　duì ba

希京：沒錯！
xījīng　méicuò

愷俐：老師，她騙你的！她 **真正** 的願望是——
kǎilì　　lǎoshī　tā piàn nǐ de　tā zhēnzhèng de yuànwàng shì

　　　交到一個男朋友，然後**趕快結婚**！
　　　jiāo dào　yí ge nánpéngyǒu　ránhòu gǎnkuài jiéhūn

●生詞 *Từ vựng*
shēngcí

8 換　đổi	14 研究所　chương trình sau đại học	18 交　kết bạn
9 搬　chuyển, dọn		19 到　được (dùng làm bổ ngữ chỉ kết quả)
10 鄉下　nông thôn	15 政治　chính trị	
11 空氣　không khí	16 真正　thật sự	20 趕快　nhanh chóng, lập tức
12 如果　nếu	17 願望　nguyện vọng; ý nguyện	21 結婚　kết hôn
13 留　ở lại		

希京：你少^{22 23}胡說！(Cô đỏ mặt, mọi người cười vang.)
xījīng　　nǐ shǎo húshuō

志學：(Giơ tay) 我也要說我的願望！
zhìxué　　　　　wǒ yě yào shuō wǒ de yuànwàng

老師：來，請說！
lǎoshī　　lái　　qǐng shuō

志學：我要跟²⁴愷俐在一起！
zhìxué　　wǒ yào gēn kǎilì　zàiyìqǐ

同學：哇！(Mọi người bắt đầu hoan hô cổ vũ)
tóngxué　　wā

愷俐：(Đỏ mặt) 我⋯⋯我什麼都不知道啦！
kǎilì　　　　　wǒ　　　wǒ shéme dōu bù zhīdào la

● 對話二 *Hội thoại 2*
　　duìhuà　èr

(Sau buổi học, Claire dùng bữa tối với Higyeong. Higyeong hỏi Claire về kế hoạch năm mới của cô ấy.)

希京：愷俐，你想去日本留學呀？
xījīng　　kǎilì　　nǐ xiǎng qù rìběn liúxué ya

愷俐：是啊！
kǎilì　　shì a

希京：真可惜，為什麼你不考慮²⁵來韓國呢？
xījīng　　zhēn kěxí　　wèishéme nǐ bù kǎolǜ lái hánguó ne

　　　韓國也很漂亮啊。如果你來的話，
　　　hánguó yě hěn piàoliàng a　rúguǒ nǐ lái dehuà

　　　還可以住我家哦！
　　　hái kěyǐ zhù wǒ jiā ó

恺俐：謝謝你，可是我²⁶對日本有一²⁷份²⁸特別的²⁹感情。
kǎilì　xièxie nǐ　kěshì wǒ duì rìběn yǒu yí fèn tèbié de gǎnqíng

希京：³⁰怎麼說？
xījīng　zěmeshuō

恺俐：這是³¹祕密，你³²別跟³³別人說哦。³⁴其實，我的
kǎilì　zhè shì mìmì　nǐ bié gēn biérén shuō ó　qíshí　wǒ de

³⁵初戀³⁶情人是日本人。所以我對日本³⁷情有獨鍾。
chūliàn qíngrén shì　rìběn rén　suǒyǐ wǒ duì rìběn qíngyǒu dúzhōng

希京：³⁸原來如此。那志學怎麼辦？
xījīng　yuánlái rúcǐ　nà zhìxué zěmebàn

恺俐：³⁹看他的⁴⁰表現囉！
kǎilì　kàn tā de biǎoxiàn luo

希京：好吧！新年快到了，我⁴¹用⁴²成語祝福你吧！
xījīng　hǎo ba　xīnnián kuài dào le　wǒ yòng chéngyǔ zhùfú nǐ ba

我⁴³祝你──⁴⁴早生貴子！
wǒ zhù nǐ　zǎoshēng guìzǐ

● **生詞** *Từ vựng*
shēngcí

22 少　đừng làm (cái gì)!
23 胡說　nói bậy; nói xằng, nói nhảm
24 跟……在一起　hẹn hò với ai đó
25 考慮　suy nghĩ; suy xét; cân nhắc
26 對　đối, đối với
27 份　phần
28 特別　đặc biệt
29 感情　tình cảm
30 怎麼說　sao lại nói thế?, sao thế
31 祕密　bí mật
32 別　đừng
33 別人　người khác

34 其實　trong thực tế; thực ra
35 初戀　mối tình đầu
36 情人　người yêu
37 情有獨鍾　tình yêu duy nhất cả đời
38 原來如此　thì ra là thế
39 看　xem
40 表現　biểu hiện
41 用　dùng
42 成語　thành ngữ
43 祝　chúc
44 早生貴子　sớm sinh quý tử, sớm có con trai

愷俐：早生貴子？你說錯[45]了啦！我還沒結婚呢。
kǎilì　zǎoshēng guìzǐ　nǐ shuō cuò le la　wǒ hái méi jiéhūn ne

希京：唉呀[46]，我要說的是「早日康復」啦！
xījīng　āiya　wǒ yào shuō de shì　zǎorì kāngfù　la

愷俐：我又沒生病！我想，
kǎilì　wǒ yòu méi shēngbìng　wǒ xiǎng

　　　你要說的是「早日學成[47]」吧！(Họ cười vang.)
　　　nǐ yào shuō de shì　zǎorì xuéchéng　ba

●生詞 *Từ vựng*
shēngcí

45 錯　sai

46 唉呀　ui da

47 早日學成　sớm học thành tài

● 文法 Ngữ pháp
wénfǎ

1. ⋯⋯**的話** (…dehuà); **如果**⋯⋯ (rúguǒ…);
   如果⋯⋯**的話** (rúguǒ…dehuà)

* "⋯⋯**的話**" có nghĩa là "nếu", thường đặt cuối câu điều kiện. Cấu trúc này thường được sử dụng với "**如果**⋯⋯" trở thành mẫu câu "**如果**⋯⋯**的話**".

⋯⋯的話		
有機會	的話，	我想去歐洲。 Nếu có cơ hội, tôi muốn đi đến Châu Âu.
大家都可以		我們就去吃日本料理。 Nếu mọi người đều đồng ý, chúng ta sẽ đi ăn món Nhật.
你會做菜		法杜就會喜歡你。 Nếu bạn có thể nấu ăn, Fatou sẽ thích bạn.
書法要寫得好		就要每天練習。 Nếu muốn viết thư pháp đẹp, cần phải luyện tập hàng ngày.

如果⋯⋯	
如果	你不知道，可以問老師。 Nếu bạn không biết, bạn có thể hỏi giáo viên.
	明天你要來，請打電話給我。 Nếu ngày mai bạn muốn đến, hãy gọi điện thoại cho tôi.
	我是你，就不會這樣做。 Nếu tôi là bạn, tôi sẽ không làm như vậy.
	休息可以馬上好，我就不要吃藥了。 Nếu nghỉ ngơi có thể khỏe lại, thì tôi sẽ không uống thuốc nữa.

如果⋯⋯的話		
如果	你會說中文	的話，	我們就可以多多認識。 Nếu bạn có thể nói tiếng Hoa, chúng ta có thể làm quen với nhau tốt hơn.

	你喜歡		我就買這一件衣服給你。 Nếu bạn thích, tôi sẽ mua bộ quần áo này cho bạn.
如果	你到家	的話，	請打電話給我。 Nếu bạn về đến nhà, hãy gọi điện thoại cho tôi.
	你有空		可以教我英文嗎？ Nếu bạn rảnh, bạn có thể dạy tôi tiếng Anh không?

2. 去 (qù) 、 **來** (lái) 、 **到** (dào)

Các động từ "**去**, **來**, **到**" có thể dùng độc lập hoặc kết hợp với các động từ khác để làm bổ ngữ xu hướng.

＊ **去**(qù) : Khi động tác tiến hành hướng về phía xa người nói (hoặc đối tượng trần thuật) thì dùng "**去**".

去		
明年偉立想搬	去	鄉下住。 Năm sau, William muốn chuyển (đi) xuống nông thôn ở.
我們要幾點		愷俐家參加生日派對呢？ Chúng ta mấy giờ (đi) đến nhà Claire dự sinh nhật?
昨天我		參觀美食展覽。 Hôm qua tôi đi tham quan triển lãm thực phẩm.
上個月我哥哥		中國玩。 Tháng trước anh trai tôi đi Trung Quốc chơi.

＊ **來**(lái) : Nếu động tác tiến hành hướng về phía người nói (hoặc đối tượng trần thuật) thì dùng "**來**". Ví dụ:

來		
你	來	臺灣的話，可以打電話給我。 Nếu bạn đến Đài Loan, bạn có thể gọi điện thoại đến cho tôi.
你幾點		我家呢？ Bạn sẽ đến nhà tôi lúc mấy giờ?

法杜	來	臺灣已經六個月了。 Fatou đến Đài Loan được sáu tháng rồi.
大家拿出課本		。 Mọi người lấy sách giáo khoa ra.

* 到 (dào) : có nghĩa như "đến".

到		
我剛	到	家。 Tôi mới về đến nhà.
早上八點他就		學校了。 Anh ta đến trường lúc 8 giờ sáng.
他想搬		鄉下。 Anh ấy muốn chuyển đến vùng nông thôn.
我姊姊星期日		臺灣。 Chị gái tôi đã đến Đài Loan vào chủ nhật.

3. 跟 (gēn)

Trong bài 3, chúng ta đã học qua "和" (hàn / hé). Đây là liên từ được sử dụng cho danh từ và đại từ. "和" và "跟" tương ứng với các từ "và" hoặc "với", tùy thuộc vào ngữ cảnh. Khi cụm từ giới từ "跟 + NP" được đặt trước động từ làm một từ bổ nghĩa, thường được sử dụng với phó từ "一起"; cùng nhau tạo thành cấu trúc "跟 + NP + 一起".

跟 + NP		
我	跟	楊老師學習中文。 Tôi học tiếng Hoa với cô Dương.
偉立		安惠結婚三年了。 Vĩ Lập và An Huệ đã kết hôn ba năm rồi.

我爸爸	跟	媽媽都在美國工作。 Bố và mẹ đều làm việc tại Mỹ.
老師		大家介紹臺灣很多漂亮的地方。 Thầy giáo giới thiệu với mọi người những cảnh đẹp ở Đài Loan.

跟 + NP + 一起			
惠美		我	去看展覽。 Huệ Mỹ cùng tôi đi xem triển lãm.
志學	跟	愷俐	練習書法。 Chí Học cùng Claire luyện tập thư pháp.
老師		我們	去醫院看志學。 Thầy giáo cùng chúng tôi đến bệnh viện thăm Chí Học.
我		法杜	住在臺北市。 Tôi cùng Pháp Đỗ sống ở Đài Bắc.

(Cột "一起" nằm giữa, áp dụng cho tất cả các dòng)

....

4. 對 (duì)

Giới từ "對" có nghĩa là "đối với", dùng để giới thiệu người hoặc sự vật là đối tượng của một chủ thể cụ thể. Ví dụ:

對 + NP	
希京	臺灣男孩情有獨鍾。 Higyeong có một ấn tượng tốt đối với con trai Đài Loan.
老師	我們很好。 Giáo viên rất tốt với chúng tôi.
醫生	我說，生病要多喝水、多休息。 Bác sĩ nói với tôi, khi bệnh nên uống nhiều nước và nghỉ ngơi nhiều.
我	中國文物很有興趣。 Tôi rất thích đồ cổ Trung Quốc.

(Cột "對" áp dụng cho tất cả các dòng)

🍎 [興趣 xìngqù thích thú, sở thích]

5. 別 (bié)

Trong tiếng Hoa, "別" có nghĩa là "đừng", "đừng làm điều gì đó." Nó có thể được dùng để nhắc nhở một người nào đó không được làm điều gì đó..

別	
別	擔心我，我會好好地在家裡休息。 Đừng lo lắng về tôi , tôi sẽ chỉ nghỉ ngơi ở nhà.
	跟別人說我的祕密。 Đừng nói với ai bí mật của tôi.
	客氣，就當自己的家。 Đừng khách sáo, cứ tự nhiên như ở nhà.
	生氣了！ Đừng giận nữa!

🍎 [擔心 dānxīn lo lắng]　[生氣 shēngqì tức giận]

6. 祝福語 (zhùfúyǔ) Lời chúc phúc

Tất cả những thành ngữ này đều có thể dùng trong văn nói hoặc viết tùy theo tình huống thích hợp.

Câu chúc chung	
萬事如意 wànshì rúyì	Vạn sự như ý.
心想事成 xīnxiǎng shìchéng	Tâm tưởng sự thành, ý chúc ước mơ thành sự thật.

Năm mới	
新年快樂 xīnnián kuàilè	Năm mới vui vẻ.
恭喜發財 gōngxǐ fācái	Cung hỷ phát tài.

Du lịch

旅途愉快 lǚtú yúkuài	Đi chơi vui vẻ!
一帆風順 yìfán fēngshùn	Thuận buồm xuôi gió.
一路順風 yílù shùnfēng	Thượng lộ bình an.
珍重再見 zhēnzhòng zàijiàn	Giữ sức khỏe và hẹn gặp lại.

Học vấn

學業進步 xuéyè jìnbù	Học hành tiến bộ.
早日學成 zǎorì xuéchéng	Sớm học thành tài.

Sinh nhật

生日快樂 shēngrì kuàilè	Sinh nhật vui vẻ.
長命百歲 chángmìng bǎisuì	Sống lâu trăm tuổi.

Đám cưới

天作之合 tiānzuò zhīhé	Thiên tác chi hợp, ý chỉ lương duyên trời định.
幸福美滿 xìngfú měimǎn	Hạnh phúc mỹ mãn.
百年好合 bǎinián hǎohé	Bách niên hòa hợp.
早生貴子 zǎoshēng guìzǐ	Sớm sinh quý tử.

Sức khỏe

早日康復 zǎorì kāngfù	Sớm ngày bình phục.
身體健康 shēntǐ jiànkāng	Dồi dào sức khỏe.

● 換你試試看 *Đến lượt bạn!*
huàn nǐ shìshìkàn

Thử thách 1

Chọn phiên âm đúng.

1. ( ) 希望 　　A. xīwàng 　　B. xìwàng 　　C. xīwāng

2. ( ) 留學 　　A. ròuxué 　　B. liúxué 　　C. liúxiě

3. ( ) 祝福 　　A. zhùfú 　　B. zhùfù 　　C. zúfú

4. ( ) 研究所 　A. yèjiùshuō 　B. yánjiùshuō 　C. yánjiùsuǒ

5. ( ) 願望 　　A. yuánwàng 　B. yuànwàn 　　C. yuànwàng

6. ( ) 早日學成 　A. zǎorì xuéchéng 　B. zǎorì xiéchéng 　C. zhǎorì xuéchéng

7. ( ) 初戀 　　A. chūliàn 　　B. cūliàn 　　C. chùdiàn

8. ( ) 一份 　　A. yīfèn 　　B. yífèn 　　C. yìfèn

9. ( ) 原來如此 　A. yuánlái rúcǐ 　B. yuánlài rúcì 　C. yuánlái rúzǐ

10. ( ) 成語 　　A. chéngyǔ 　　B. chènyǔ 　　C. chéngyú

Thử thách 2

Hoàn thành câu
Hoàn thành các câu sau với các thành ngữ thích hợp.

| 一石二鳥 | 身體健康 | 新年快樂 | 旅途愉快 | 十全十美 |
| 五體投地 | 早日學成 | 幸福美滿 | 情有獨鍾 | 早日康復 |

1. 愷俐要去日本留學了，我們祝福她 _____。

2. 我妹妹又漂亮又聰明，真是一個 _____ 的女生。

3.新的一年來了，我祝福大家 ＿＿＿＿＿＿＿＿＿＿＿＿ 。

4.在臺灣，可以學中文也可以吃美食，

真是 ＿＿＿＿＿＿＿＿ 。

5.我姊姊要結婚了，祝福他們 ＿＿＿＿＿＿＿＿＿＿ 。

6.偉立感冒生病、希京不小心跌倒、志學車禍

受傷，我希望他們可以 ＿＿＿＿＿＿＿＿＿＿ 。

7.下個月楊老師要去中國玩，先祝福楊老師

＿＿＿＿＿＿＿＿＿ 。

8.最近我女朋友常常生病，真希望她 ＿＿＿＿＿＿ 。

9.志學對愷俐 ＿＿＿＿＿＿＿＿＿ 。

10.他來臺灣五個月，中文就說得那麼好，我真是佩

服得 ＿＿＿＿＿＿＿＿＿ 呀！

Thử thách 3

I. Đặt câu với ……的話；如果……；如果……的話

Ví dụ： **你去美國 ／ 可以住我家** （如果……）

→ 如果你去美國，可以住我家。

1.你找到存摺 ／ 請打電話給我。（如果……的話）

→

2.你不舒服 ／ 記得要去看醫生。(……的話)

→

3.我是你 ／ 我就會每天送她回家。(如果……)

→

4.你喜歡臺灣 ／ 就留下來住。(……的話)

→

5.明天你想去美術館 ／ 我們一起去好嗎？
(如果……的話)

→

II. Đặt câu với ……去；來；到。
Ví dụ：**志學邀愷俐一起／故宮參觀（去）**
　　　→ 志學邀愷俐一起去故宮參觀。

1.他是什麼時候 ／ 臺灣的？（來）

→

2.我 ／ 日本看好朋友（去）

→

3.你幾點 ／ 學校呢 （到）

→

4.請幫我把東西 ／ 拿上 ／ 好嗎（來）

→

5.你 ／ 美國 ／ 記得打電話給媽媽（到）

→

III. Đặt câu với 跟 + NP + 一起；跟 + NP。

Ví dụ：**我找不到我的存摺** ／ **印章**（跟）

→ 我找不到我的存摺跟印章。

1.我 ／ 我女朋友 ／ 常常 ／ 去爬山
（跟……一起）

→

2.你 ／ 星期六 ／ 星期日 ／ 都有空嗎（跟）

→

3.上次假期 ／ 愷俐 ／ 志學 ／ 去看展覽
（跟……一起）

→

4.我 ／ 哥哥 ／ 要／ 去日本留學（跟……一起）

→

5.我會說／中文／日文／英文（跟）

→

Thử thách 4

Tìm các từ có các bộ thủ như bên dưới.

部首 Bộ thủ	冫 部 bīng bù	示 部 shì bù	彳 部 chì bù	邑 部 yì bù	阜 部 fù bù
意思 Nghĩa	bộ băng, chỉ hước đá	bộ thị, chỉ thị	bộ xích, chỉ bước chân trái	bộ xích, chỉ vùng đất	đống đất, gò đất
字形 Cách viết	冫	示 礻	彳	阝	阝
例字 Ví dụ	冬 凍	祭 社	得 很	那 都	院 阿

基隆 神祕 很忙 祝福 車票 往復 冷清 往後
冰凍 陳郎 陸上 部隊 祭祖 陰陽 鄭部 待價

冫 ： ☐ ☐ ☐

礻示 ： ☐ ☐ ☐ ☐ ☐ ☐ ☐

彳 ： ☐ ☐ ☐ ☐ ☐ ☐

邑 ： ☐ ☐ ☐ ☐ ☐ ☐

阜 ： ☐ ☐ ☐ ☐ ☐

聽力練習 *Luyện nghe*
tīnglì   liànxí

Nghe đối thoại và chọn câu trả lời đúng nhất cho từng câu hỏi.

Từ vựng bổ sung		
101大樓	yīlíngyī dàlóu	Tòa nhà 101
淡水	dànshuǐ	Đạm Thủy (nằm ở phía bắc Đài Loan)
九份	jiǔfèn	Cửu Phần (nằm ở phía bắc Đài Loan)
花蓮	huālián	Hoa Liên (nằm trên bờ biển phía đông của Đài Loan)
高雄	gāoxióng	Cao Hùng (nằm ở phía nam Đài Loan)
小吃	xiǎochī	món ăn vặt
小籠包	xiǎolóngbāo	Bánh bao hấp nhỏ
珍珠奶茶	zhēnzhū nǎichá	trà sữa trân châu
滷味	lǔwèi	đồ luộc thuốc bắc
雞排	jīpái	gà chiên
遊學	yóuxué	du học

1. (   ) Kǎilì đã ở Đài Loan trong bao lâu? (a) Gần một năm. (b) Hơn một năm. (c) Gần hai năm. (d) Một năm rưỡi.

2. (   ) Lý do Kǎilì đến Đài Loan là gì? (a) Đài Loan là một quốc gia thân thiện. (b) Học tiếng Hoa. (c) Có rất nhiều nơi thú vị ở Đài Loan. (d) Tất cả những điều trên.

3. (   ) Kǎilì đi du lịch những đâu ở Đài Loan? (a) Tòa nhà 101 tầng. (b) Ở mọi nơi từ tây sang đông. (c) Ở mọi nơi từ bắc xuống nam. (d) Tất cả những điều trên.

4. (   ) Những món ăn vặt nào Fǎdù thích ăn? (a) Gà chiên. (b) Trà sữa trân châu. (c) Bánh bao hấp. (d) Tất cả những điều trên.

5. (   ) Ấn tượng của Kǎilì về Đài Loan là gì? (a) Là một nơi rất bận rộn. (b) Là một nơi rất đông đúc. (c) Là một nơi tốt để du học. (d) Là một nơi nhàm chán.

生詞總表
Từ vựng

A

a 啊 à, a .... (từ cảm thán) 3
āgēntíng 阿根廷 Argentina 5
ǎi 矮 thấp, lùn 6
ai 唉 ôi; than ôi; chao ôi; trời ơi (tiếng than thở) 7
ài 愛 yêu 8
āiya 唉呀 ui da 12
ānhuì 安惠 An Huệ 2

B

bā 八 số 8 4
bǎ 把 đem; l y. (Tân ngữ chịu tác động của động từ đi sau, cả kết cấu có nghĩa là "xử lý; cách làm".) 10
ba 吧1 dùng cuối câu, ý chỉ nghi vấn pha phỏng đoán, suy đoán của người nói 4
ba 吧2 đi (dùng ở cuối câu, biểu thị sự thúc giục) 9
ba 吧3 dùng ở cuối câu, biểu thị sự đồng ý kết luận 10
bàba 爸爸 ba, bố ... 5
bái 白 họ Bạch, còn có nghĩa là trắng 2
bǎi 百 trăm 8
bǎihuògōngsī 百貨公司 trung tâm mua sắm 6
báisè 白色 màu trắng 8
bàn 半 nửa, một nửa, rưỡi 7
bān 搬 chuyển, dọn 10
bān 班 lớp 12
bān 搬 chuyển, dọn 12
bāng 幫1 giúp 4
bāng 幫2 giúp 10
bàng 棒 tuyệt, giỏi 8
bāngmáng 幫忙 giúp đỡ 6
bàngōngshì 辦公室 văn phòng 9
bāokuò 包括 bao gồm 6
bǎozhòng 保重 bảo trọng; chú ý giữ gìn sức khoẻ 11
bāozi 包子 bánh bao 8
bēi 杯 ly, tách 8
běi 北 Bắc 9
běibiān 北邊 phía bắc 9
bèi(bù) 背(部) lưng 10
bèitòng 背痛 đau lưng 10
běn 本 cuốn; vở; quyển; tập (dùng cho sách vở sổ sách) 8
bǐ 比 hơn 6
bǐ 筆 cây bút 8, 10
biàndé 變得 trở nên 10
biǎoxiàn 表現 biểu hiện 12
bié 別 đừng 12

biérén 別人 người khác 12
bié zhème shuō 別這麼說 đừng nói thế, không cần phải xin lỗi 6
bǐjiào 比較 hơn 6
bīng 冰 đá; lạnh 11
bìngfáng 病房 phòng bệnh 11
bìxū 必須 phải 5
bízi 鼻子 mũi 10
bówùguǎn 博物館 bảo tàng 4
bù 不 không 1
bù 部 bộ 8
búcuò 不錯 tốt, khá, không tệ 8
búguò 不過 nhưng 6
bùhǎo yìsi 不好意思 xin lỗi 6
bú huì ba 不會吧 Phải không đây? / Không phải chứ? 4
bújiàn 不見 biến mất, không thấy 9
bú kèqì 不客氣 không có chi, đừng khách sáo 1
bùrán 不然 nếu không, hay là 4
bǔxí bān 補習班 trung tâm bồi dưỡng 7
bù xiǎoxīn 不小心 không cẩn thận 11
bùxíng 不行 không được 7
búyòng 不用 không cần 4
(tā) búzài (她)不在 (cô ấy) không có mặt 4

C

cāi 猜 đoán 5
cái 才1 mới (nảy sinh chuyện mới; vốn hoàn toàn không như vậy) 5
cái 才2 chỉ, chỉ là 6
cài 菜 món ăn 6
cān 餐 bữa ăn 11
cǎn 慘 thê thảm; thảm thương; thảm thiết 11
cānguān 參觀 tham quan 7
cānjiā 參加 tham gia 7
cāochǎng 餐廳 nhà hàng 9
cāocháng 操場 sân vận động 9
cóng 從 từ 6
cóng jīntiān qǐ 從今天起 từ ngày hôm nay trở đi 6
cōngmíng 聰明 thông minh 10
cuìyùbáicài 翠玉白菜 miếng ngọc xanh hình cây cải thảo 4
cúnzhé 存摺 sổ ngân hàng 9
cuò 錯 sai 12

Ch

chābùduō 差不多 xấp xỉ; gần giống nhau (trình độ, thời gian, cự li) 6
chādiǎn 差點 gần như, suýt chút nữa 7
chàng 唱 ca; hát 10
chángcháng 常常 thường xuyên 11
chànggē 唱歌 ca hát 4
chángmìng bǎisuì 長命百歲 Sống lâu trăm tuổi 12
chǎofàn 炒飯 cơm chiên 8

chǎomiàn　炒麵　mì xào　8
chē　車　xe　4
chén　陳　Trần　2
chéngshì　城市　thành phố　6
chéngwéi　成為　trở thành　11
chéngyǔ　成語　thành ngữ　12
chī　吃　ăn　3
chīcù　吃醋　ghen　8
chǐcùn　尺寸　kích cỡ　8
(wǒ) chídào le　(我)遲到了(I)　Tôi trễ rồi.　2
chōutì　抽屜　ngăn kéo　9
chū　出　ra ngoài　9
chū chēhuò　出車禍　tai nạn giao thông　11
chuān　穿　mặc　8
chuáng　床　giường　9
chūfā　出發　xuất phát　8
chúfáng　廚房　nhà bếp　3
chúle...zhīwài　除了……之外　ngoài ra　3
chūliàn　初戀　mối tình đầu　12
chūnjuǎn　春捲　chả giò　3
chūqù　出去　đi ra ngoài; ra ngoài　9
chūshì　出事　xảy ra sự cố; xảy ra tai nạn　11

D
dà　大　lớn　4
dǎ diànhuà　打電話　gọi điện thoại　4
dǎ pēntì　打噴嚏　hắt hơi　10
dǎ wǔ zhé　打五折　giảm giá 50%　8
dài　帶　dẫn; dẫn dắt　3
dài　帶　dẫn; dẫn dắt　10
dàjiā　大家　tất cả mọi người; mọi người　2
dàlóu　大樓　tòa nhà cao tầng　9
dàmángrén　大忙人　người bận rộn　7
dàmén　大門　cổng; cửa chính　9
dàn　但　nhưng　5
dàn'gāo　蛋糕　bánh kem　7
dāng　當　đảm nhiệm; làm　3
dāngrán　當然　đương nhiên; dĩ nhiên　6
dāngzhēn　當真　tưởng thật; tưởng là thật; cho là thật　4
dànshì　但是　nhưng　5
dànshuǐ　淡水　Đạm Thủy (nằm ở phía bắc Đài Loan)　12
dānxīn　擔心　lo lắng　6
dānzì　單字　từ vựng　5
dào　道　món (ăn)　8
dào　到1　đến　4
dào　到2　đến, cho đến　7
dào　到3　được (diễn tả hành động hoàn thành)　12
dàodì　道地　chính cống　5
dāpèi　搭配　tương xứng; xứng; hợp　10
dǎrǎo　打擾　quấy rối; làm phiền; quấy rầy　9
dǎsuàn　打算　dự định　8
dàtuǐ　大腿　đùi　10
dàyuē　大約　khoảng　8

de　的1　của　2
de　的2　(đặt cuối câu, "S的！", diễn tả người nói rất chắc chắn về điều gì)　4
de　的3　nh ngữ và từ trung tâm có quan hệ tu sức　5
de　得　"得" được đặt giữa động từ và tính từ biểu thị bổ ngữ hoặc mức độ.　9
dehuà　的話　nếu　5
děng　等　chờ, chờ đợi　6
dì　第　thứ, hạng　5
dìdì　弟弟　Em trai　10
diǎn　點　giờ　7
diàn　店　cửa hàng　3
diàn　店　cửa hàng, tiệm　8
diànhuà　電話　điện thoại　4
diànshìjī　電視機　ti vi　9
diàntī　電梯　thang máy　9
diànwán yóuxì　電玩遊戲　video game　5
diànyǐng　電影　phim　10
diànyǐngyuàn　電影院　rạp chiếu phim　9
diào　掉　rơi　9
diédǎo　跌倒　vấp ngã, ngã; té nhào　11
dìfāng　地方　nơi　5
dìngwèi　訂位　đặt chỗ　8
dōngbiān　東邊　phía Đông　9
dòngshǒu　動手　bắt đầu làm; bắt tay vào làm, động thủ　10
dōngxi　東西　một điều gì đó, một việc gì đó; cái gì đó　3
dōngxī　東西　đồ, đồ vật　8
dōu　都　đều　3
duì　對1　đúng　4
duì　對2　đối, đối với　12
duìbùqǐ　對不起1　xin lỗi　2
duìbùqǐ　對不起2　xin lỗi　8
duìle　對了　phải rồi, đúng rồi　3, 4
duìmiàn　對面　đối diện　9
duō　多　nhiều　4
duǒ　朵　đóa, đóa hoa　8
duōduō zhǐjiào　多多指教　Xin chỉ bảo thêm, xin giúp đỡ, thường dùng trong lần đầu gặp mặt　5
duójiǔ　多久　bao lâu　10
duōshǎo qián　多少錢　bao nhiêu tiền?　8

E

èluósī　俄羅斯　Nga　5
en　嗯　ừ　5
èr　二　số　2
érqiě　而且　hơn nữa　4
èrshí　二十　số　6

F
fǎdù　法杜　Pháp Đỗ (tên của cô gái người Gambia)　5
fàn　范　họ Phạm　6
fàn　飯　cơm　11

fān dào　翻到　chuyển sang (trang ...)　5
fàng　放　đặt　10
fāngbiàn　方便　thuận tiện; thuận lợi　6
fàngjià　放假　nghỉ　4
fángjiān　房間　phòng　6
fàngxīn　放心　yên tâm　7
fángzū　房租　tiền thuê phòng　6
fànzhuō　飯桌　bàn ăn　9
fāpiào　發票　hóa đơn, biên lai　8
fāshāo　發燒　sốt　11
fāshēng　發生　xảy ra　6
fèi　費　phí　6
fēijī　飛機　máy bay　4
fēilǜbīn　菲律賓　Philippines　9
fēizhōu　非洲　Châu Phi　5
fèn　份　phần　8, 12
fēngyè　楓葉　lá phong　4
fēnsàn　分散　phân tán; phân chia; không tập trung　5
fēnzhōng　分鐘　phút　10
fú　幅　bức　8
fùqīn(fù)　父親(父)　cha, ba, bố　2
fùxí　複習　ôn tập　5

G

gāi　該　nên; cần (làm gì đó)　9
gǎibiàn　改變　thay đổi　10
gānbǐyà　甘比亞　Gambia　5
gāng　剛　mới, vừa mới　3
gānggāng　剛剛　vừa; vừa mới　7
gānghǎo　剛好　vừa, vừa vặn　8
gānjìng　乾淨　sạch sẽ　10
gǎnkuài　趕快　nhanh; mau lên　3
gǎnkuài　趕快　nhanh chóng, lập tức　12
gǎnmào　感冒　cảm lạnh　11
gǎnqíng　感情　tình cảm　12
gāo　高　cao　1
gāo　高　cao　3
gāogēnxié　高跟鞋　giày cao gót　8
gāotiě　高鐵　= gāosùtiělù　高速鐵路　tàu cao tốc　7
gāoxìng　高興　vui, vui mừng　6
gāoxióng　高雄　Cao Hùng　12
gè　各　mỗi　5
ge　個　cái; con; quả; trái (lượng từ, dùng trước danh từ)　6
gē　歌　bài hát; bài ca　8
gēge　哥哥　anh trai　5
gěi　給　cho　3
gēn　跟　với　4
gēn ... zài yìqǐ　跟……在一起　hẹn hò với ai đó　12
gèng　更　càng; thêm; hơn nữa　5
gēqǔ　歌曲　bài hát, giai điệu　8
gèwèi　各位　mọi người, quý vị, ...　2
gōngchē　公車　xe buýt　4
gōngxǐ　恭喜　chúc mừng　9

gōngxǐ fācái　恭喜發財　Cung hỷ phát tài　12
gōngzuò　工作　làm việc　5
gòu　夠　đủ　8
guāi　乖　ngoan ngoãn　2
guàng　逛　dạo　7
guānglín　光臨　quang lâm; đến dự (cách dùng từ trang trọng)　8
guānmén　關門　đóng cửa　9
gùgōng　故宮　Cố Cung, Bảo tàng Cung điện Quốc gia　4
guì　貴　mắc　2
guì　貴1　quý　2
guì　貴2　mắc　8
guìzi　櫃子　tủ, tủ quần áo　9
guó　國　nước　5
guò　過1　vượt qua　9
guò　過2　qua, trải qua, diễn tả một hành động hay một kinh nghiệm đã trải qua　10
guóhuà　國畫　tranh Trung Quốc　4

H

hāi　嗨　Chào　10
hái　還　còn　3
hái hǎo　還好　tạm được　7
háiméi　還沒　chưa　9
hàipà　害怕　sợ　5
hàn/hé　和　và　3
hànbǎo　漢堡　bánh hamburger　5
hánguó　韓國　Hàn Quốc　3, 5
hánguó rén　韓國人　người Hàn Quốc　3
hànzì　漢字　chữ Hán　6
hǎo　好1　tốt, khỏe　1
hǎo　好2　rất　3
hǎo　好3　khỏe, hồi phục　11
hào　號　ngày　7
hǎoa　好啊　OK, được　9
hǎochī　好吃　ngon　3
hǎode　好的　Ok, được　8
hǎokàn　好看　p, đẹp mắt　8
hǎole　好了1　được rồi, tốt rồi　3
hǎole　好了2　tốt hơn　8
hǎole　好了3　xong, hoàn thành　10
hǎoxiàng　好像　dường như, có vẻ như　10
hǎoyòng　好用　dùng tốt, dễ sử dụng　8
hē　喝　uống　6
hē　喝　uống　11
hěn　很　rất　1
(wǒ)hěn gāoxìng rènshì nǐ/nín　(我) 很 高興 認識 你/您　Rất vui được làm quen với anh.　2
hóngl dēng　紅綠燈　đèn giao thông　9
hóngsè　紅色　màu đỏ　8
hòu　後　sau　7
hòumiàn　後面　phía sau　9
hòutiān　後天　ngày mốt, ngày kia　7
huā　花　hoa　8
huālián　花蓮　refers to Huālián Xiàn　花蓮縣,

189

Hoa Liên (phía Đông Đài Loan)   4
huàn   換   đổi   12
huānyíng   歡迎   hoan nghênh, chào mừng   4
huāpíng   花瓶   bình hoa   9
huásuàn   划算   rẻ, có lợi   6
huáyǔ   華語   tiếng Hoa   2
huāyuán   花園   vườn, vườn hoa   6
huí   回   về   4
huílái   回來   trở lại, trở về   9
huíjiā zuòyè   回家作業   bài tập về nhà   5
huì   會1   sẽ   3
huì   會2   biết   4
huì   匯   chuyển tiền (qua bưu điện, ngân hàng)   9
huìměi   惠美   Huệ Mỹ   4
húshì   護士   y tá   11
húshuō   胡說   nói bậy; nói xằng, nói nhảm   12

J

jǐ   幾   mấy   4
jià   架   giá   8
jiā   家1   nhà   4
jiā   家2   căn   8
jiǎ   賈   họ Giả   6
jiājù   家具   nội thất   6
jiàn   見   gặp   5
jiān   間   căn (lượng từ)   6
jiàn   件   chiếc, cái (lượng từ cho quần áo)   8
jiānádà   加拿大   Canada   5
jiānbǎng   肩膀   vai   10
jiānbǎngtòng   肩膀痛   đau vai   10
jiànkāng   健康   khỏe mạnh   11
jiànyì   建議   khuyên   8
jiǎo   腳   bàn chân   10
jiāo   交   giao   10
(nǐ) jiào ... jiùhǎole   (你)叫……就好了   (Anh) gọi ... là được.   2
jiǎohuái   腳踝   mắt cá   10
jiǎotàchē   腳踏車   xe đạp   9
jiǎotòng   腳痛   đau chân   10
jiārén   家人   thành viên gia đình   4
jiāyóu   加油   cố gắng, cố lên   11
jiào   叫   gọi, gọi là   2
jiāo   教   dạy   7
jiāo   交   kết bạn   12
jiàozuò   叫做   được gọi là   6
jiàqí   假期   kỳ nghỉ   7
jiārén   家人   thành viên gia đình   5
jìdé   記得   nhớ   5
jié   節   tiết, tiết học   8
jiéhūn   結婚   kết hôn   12
jiějie   姊姊   chị gái   2, 5
jièshào   介紹   giới thiệu   5
jiēxiàlái   接下來   kế tiếp   8
jiēzhe   接著   kế tiếp   10
jíhé   集合   tập trung   7
jīhuì   機會   cơ hội   5

jīlóng   基隆   Keelung, Cơ Long   9
jìn   進   vào   3
jǐngwèi   警衛   bảo vệ, phòng bảo vệ   9
jīngyàn   經驗   kinh nghiệm   10
jìnqù   進去   đi vào   3, 9
jīn   金   họ Kim   5
jīnnián   今年   năm nay   6
jīntiān   今天   hôm nay   4
jīpái   雞排   gà chiên   6
jìrán   既然   ã... / bây giờ thì...   5
jiù   就1   thì...   3
jiù   就2   phó từ quan hệ, thường được đặt trước động từ để chỉ ra điều kiện kết quả tương đương.   3
jiù   救   cứu   11
jiǔ   酒   bia rượu   8
jiǔfèn   九份   Cửu Phần (nằm ở phía bắc Đài Loan)   12
jù   句   a sentence   9
juéde   覺得   to feel, think, consider that   5, 6
juédìng   決定   to decide   8

K

kāfēi   咖啡   cà phê   8
kāi   開1   lái (xe)   4
kāi   開2   mở   6
kǎilì   愷俐   Claire   1
kāishǐ   開始   bắt đầu   5
kāixué   開學   khai giảng   7
kàn   看1   xem   4
kàn   看2   thử xem   10
kàn   看3   xem, tùy tình hình   12
kàn diànyǐng   看電影   xem phim   3
kàn shū   看書   đọc sách   4
kàndào   看到   nhìn thấy   9
kǎo   考   kiểm tra   5
kǎolǜ   考慮   suy nghĩ; suy xét; cân nhắc   12
kǎoshì   考試   kỳ thi, kiểm tra   7
kè   課   lớp, khóa học   7
kělè   可樂   Coca Cola   8
kělián   可憐   đáng thương, tội nghiệp   7
kèqì   客氣   khách sáo   5
késòu   咳嗽   ho   11
kěshì   可是   nhưng, nhưng mà   3
kěxí   可惜   đáng tiếc   6
kěyǐ   可以   có thể   4
kòng   空   rảnh   4
kōngqì   空氣   không khí   12
KTV   Karaoke   8
kuài   快1   nhanh   5
kuài   快2   nhanh   9
kuài   快3   gần   10
kuài   塊   phần   8
kuài   塊   đồng, tệ   8
kuàilè   快樂   vui vẻ   12
kuàizi   筷子   đũa   8

kuǎn 款 kiểu; kiểu dáng 10
kùzi 褲子 quần 6

L

la 啦 đấy; nhé; nhá; à (trợ từ, hợp âm của "了", "啊") 4
lā dùzi 拉肚子 bị tiêu chảy 11
lái 來1 hãy; để (dùng trước một động từ khác, biểu thị làm một việc gì đó) 2
lái 來2 hãy; để (dùng trước một động từ khác, biểu thị làm một việc gì đó) 5
(wǒ)láizì ... (我)來自…… Tôi đến từ ... 2
láizì 來自 đến từ 5
làn 爛 dở, tệ 4
lánsè 藍色 xanh dương 8, 10
lǎopó 老婆 vợ 8
lǎoshī 老師 giáo viên 1
le 了 rồi 3
lèi 累 mệt 1
lèsè 垃圾 rác 9
lèsètǒng 垃圾桶 thùng rác 9
lǐ 裡 trong, bên trong 4
lí 離 khoảng cách; cự ly 4
liàng 輛 chiếc (lượng từ của xe) 8
liǎng 兩 hai (sử dụng trước lượng từ) 9
liǎnhóng 臉紅 đỏ mặt 3
liànxí 練習 luyện tập 4
liàolǐ 料理 món ăn 5
lǐbài 禮拜 tuần 7
lìhài 屬害 giỏi, lợi hại 4
lǐmiàn 裡面 trong 4, 9
lín 林 họ Lâm 2
lìng 另 khác 11
língqián 零錢 tiền lẻ 5
línjū 鄰居 hàng xóm 1
lìshān 立山 Lập Sơn 4
歷史 lịch sử 5
liù 六 số 6 8
liú 留 ở lại 12
liúbítì 流鼻涕 sổ mũi 10
liúxué 留學 du học 5
lǐwù 禮物 món quà 6
lóu 樓 lầu, tầng 4
lóutī 樓梯 cầu thang 11
luo 囉 (trợ từ, dùng ở cuối câu, thể hiện sự khẳng định) 10
lǚtú yúkuài 旅途愉快 Đi chơi vui vẻ! 12
lǔwèi 滷味 đồ luộc thuốc bắc 8
lǚxíng 旅行 du lịch 4

M

ma 嗎 không? (dùng cuối câu nghi vấn) 6
máfán 麻煩 làm phiền 10
māma 媽媽 mẹ 3, 5
mǎi 買 mua 8
mànyìdiǎn 慢一點 chậm một chút 4

máng 忙 bận 1, 6
mángguòtóu 忙過頭 quá bận, rất bận 7
māo 貓 mèo 8
máobǐ 毛筆 bút lông 10
máobìng 毛病 bệnh, ốm vặt 11
mǎshàng 馬上 ngay lập tức 6
měi 美 đẹp 3
méi cuò 沒錯 đúng rồi 5
méiguānxi 沒關係 đừng bận tâm 2
méiguī huā 玫瑰花 hoa hồng 8
měiguó 美國 Mỹ 5
mèimei 妹妹 em gái 5
měishí 美食 thức ăn ngon, món ngon 3
měishùguǎn 美術館 Viện bảo tàng mỹ thuật 7
měitiān 每天 mỗi ngày 4
měi tiān 每天 mỗi ngày 7
méi wèntí 沒問題 không thành vấn đề 3
méi xiǎngdào 沒想到 không ngờ 3
méi yìsi 沒意思 nhàm chán, không thú vị 4
méi yǒu 沒有 không, không có 5
méiyǒu nàme 沒有……那麼…… không… như... 7
měishù 美術 mỹ thuật 5
men 們 (đặt sau một đại từ hay danh từ để chỉ số nhiều) 5
mén 門 cửa 6
ménkǒu 門口 cửa 7
mìmì 秘密 bí mật 12
míngfēn 明芬 Minh Phân (tên của một cô gái) 4
míngnián 明年 năm tới 5
míngtiān 明天 ngày mai 3, 5
míngzi 名字 tên (họ tên, tên) 2
mǔqīn(mǔ) 母親(母) mẹ 2

N

ná 拿 cầm; cầm lấy 10
nǎ 哪2 nào 5
nà 那1 thế, vậy thì... 3
nà 那2 đó, kia 8
na 哪1 nhỉ, nhé (trợ từ, đuôi vần trước là -n, thì 'â啊'biến thành '哪') 4
nǎichá 奶茶 trà sữa 6
nǎlǐ 哪裡 ở đâu 5
nán 難 khó 5
nán měizhōu 南美洲 Nam Mỹ 5
nánbiān 南邊 phía nam 9
nánpéngyǒu 男朋友 bạn trai 4
ne 呢1 trợ từ, dùng ở cuối câu hỏi 1
ne 呢2 (dùng ở cuối câu diễn tả sự bất ngờ, ghen tị, v.v) 7
néng 能 có thể 11
nǐ 你 anh, chị, bạn.... 1
nǐ shuōde duì 你說得對 bạn nói đúng 8
nián 年 năm 7, 10
niàn 念 học 5
niàn yánjiùsuǒ 念研究所 học cao học, thạc sĩ

191

3

niánqīng　年輕　trẻ　6
niànshū　念書　học bài; xem sách; đọc sách　5
nǐhǎo ma　你好嗎？　Bạn khỏe không?　1
nín　您　Ông, bà, anh, chị (kính trọng)　5
nínhǎo　您好　xin chào ngài! (lời chào lịch sự)　1
niǔ dào jiǎo　扭到腳　bong gân, trật chân　11
niúpái　牛排　bít tết　6
niúzǎi kù　牛仔褲　Quần jean　10
nuówēi　挪威　Na Uy　5
nǚér　女兒　con gái　2
nǚshēng　女生　cô gái　8

O

ó　哦　ồ ... (từ cảm thán)　3
o　喔　ô, a, đi ... (từ cảm thán)　3
òu　噢　ối (bày tỏ sự đau đớn đột ngột)　11
ōuzhōu　歐洲　châu Âu　5

P

pá shān　爬山　leo núi　3
pàiduì　派對　buổi tiệc　7
pán　盤　đĩa　8
pàng　胖　mập　6
pángbiān　旁邊　bên; bên cạnh　9
pǎo　跑　chạy　9
pào　泡　ngâm / tắm　7
péi　陪　đi cùng　8
pèiǒu　配偶　vợ, chồng　2
pēngrèn　烹飪　nấu nướng, nấu ăn　3
piān　篇　trang; tờ; bài; quyển　8
piàn　騙　lừa gạt; lừa dối　7
piányí　便宜　rẻ　2,8
piàoliàng　漂亮　đẹp　2, 5
pípí　皮皮　Pipi (tên một thú cưng)　9
píng　瓶　bình　8
píngcháng　平常　thường　3
píngdōng　屏東　Bình Đông　9

Q

qí　騎　cưỡi; đi　9
qī　七　số 7　4
qiān　千　ngàn　6
qiān　千　ngàn　8
qián　錢　tiền　4
qiǎn　淺　nhạt　10
qián　前　trước　11
qiánmiàn　前面　phía trước　9
qǐchuáng　起床　thức dậy　7
qíguài　奇怪　kỳ quái; kỳ lạ　11
qǐlái　起來　bởi; bằng cách　7
qǐng　請1　mời　2
qǐng　請2　xin vui lòng, mời　5
qǐng...chīfàn　請……吃飯　mời cơm, mời dùng

bữa　6
qīngchǔ　清楚　rõ　9
qǐngjià　請假　xin nghỉ　6
qǐngkè　請客　mời khách, đãi khách　8
qīngmíngshànghétú　清明上河圖　Thanh Minh Thượng Hà Đồ, nghĩa là "tranh vẽ cảnh bên sông vào tiết Thanh minh"　4
qíngrén　情人　người yêu　12
qǐngwèn　請問　xin hỏi, cho hỏi...　2
qǐngwèn nǐ yǒu shéme shì ma　請問你有什麼事嗎？　Xin hỏi anh có việc gì không?　4
qǐngwèn nín zhǎo nǎ wèi　請問您找哪位？　Xin hỏi anh tìm ai?　4
qíngyǒu dúzhōng　情有獨鍾　tình yêu duy nhất cả đời　12
qīnqiè　親切　thân thiết, gần gũi　5
qíshí　其實　trong thực tế; thực ra　12
qítā　其他　khác　8, 11
qù　去　đi　3
quán　全　toàn　12
quánbù　全部　tất cả　8
qúnzi　裙子　váy　8

R

ránhòu　然後　sau đó　10
rè　熱　nóng　6
rén　人1　người　5
rén　人2　người khác　10
rènshì　認識　quen　2
rènzhēn　認真　nghiêm túc; chăm chỉ　2
rìběn　日本　Nhật　5
rìqí　日期　ngày tháng　7
rúguǒ　如果　nếu　12
rúhé　如何　như thế nào, ra sao　3

S

sān　三　số 3　8
sànbù　散步　đi dạo　9
sangmén　嗓門　giọng; cổ họng　2
sānmíngzhì　三明治　bánh sandwich　3
sānshíyī　三十一　số 31　7
sān yuè　三月　tháng 3　7
sǎo　掃　quét　9
sǎo dì　掃地　quét nhà　9
sì　四　số 4　4
sìshí　四十　số 40　8
sì yuè　四月　tháng 4　7
sòng　送　tặng　6
suān　痠　đau nhức　10
suànle　算了　thôi đi, quên đi　3
suì　歲　tuổi　6
suǒyǐ　所以　vì thế, do vậy　3, 4

Sh

shāfā　沙發　sofa　9

shālā 沙拉 sà lách, rau trộn 3
shàng 上1 lên, đi lên 4
shàng 上2 trên 9
shāngdiàn 商店 cửa hàng, tiệm 9
shàngkè 上課 đi học 4
shàngkè 上課 lên lớp 6
shàngmiàn 上面 trên 9
shàngwǔ 上午 buổi sáng 7
shàngyī 上衣 áo 8, 10
shǎo 少 đừng làm (cái gì)! 12
shéi 誰 Ai? 2
shéme 什麼1 gì? 2
shéme 什麼2 bất cứ điều gì 3, 6
shéme 什麼時候 khi nào 7
shēngbìng 生病 bị bệnh 11
shēngqì 生氣 tức giận 12
shēngrì 生日 ngày sinh nhật 7
shēngwù 生物 sinh vật 5
shēntǐ 身體 thân thể; cơ thể 11
shēntǐ jiànkāng 身體健康 Dồi dào sức khỏe 12
shì 是 là 1
shì 事 sự kiện, sự cố, điều 6
shì 試 thử 10
shìchuān 試穿 mặc thử 8
shìchuān 試穿 mặc thử 10
shìhé 適合 thích hợp, phù hợp 10
shíhòu 時候 thời điểm, thời gian 11
shíjiān 時間 thời gian 7, 12
shíjiǔ 十九 số 19 6
shíliù 十六 số 16 5
shìyījiān 試衣間 phòng thử quần áo 10
shìyǒu 室友 bạn cùng phòng 6
shízài 實在 quả thực 7
shīzhàng 師丈 chồng của cô giáo 2
shòu bù liǎo 受不了 không thể chấp nhận, không thể chịu được 7
shōu 收 nhận 8
shǒu 首 đầu, đầu tiên 8
shǒu 手 tay 10
shòu 瘦 gầy, ốm 6
shōufèi 收費 học phí 3
shòushāng 受傷 bị thương 11
shū 書 sách 8
shù 束 bó, bó hoa 8
shuài 帥 đẹp trai 5
shuāng 雙 đôi 8
shūdiàn 書店 nhà sách 9
shūfǎ 書法 thư pháp 10
shūfú 舒服 thoải mái, dễ chịu 11
shuì 睡 ngủ 11
shuǐ 水 nước 11
shuǐdiànfèi 水電費 tiền điện nước 6
shuǐguǒ 水果 trái cây 3
shuǐjiǎo 水餃 sủi cảo 3
shuìjiào 睡覺 đi ngủ 7
shǔjià 暑假 kỳ nghỉ hè 4

shùnbiàn 順便 thuận tiện; tiện thể; nhân tiện 5
shuō 說 nói 4
shuō de duì 說得對 bạn nói đúng 3
shuōbúdìng 說不定 rất có thể là, có lẽ 6
shuōde yěshì 說得也是 nói cũng phải 8
shuōhuà 說話 nói chuyện 5

tā 他 anh ấy, ông ấy... 1
tā 她 cô ấy, chị ấy, bà ấy... 2
tài... le 太……了 quá ... 6
tài 太 quá 3
táiběi 台北 Đài Bắc 3
táidà yīyuàn 台大醫院 Bệnh viện Đại học Quốc gia Đài Loan 11
tàilǔgé 太魯閣 công viên quốc gia Taroko 7
tàitai 太太 vợ, bà (dùng để xưng hô phụ nữ đã lập gia đình, tương tự Mrs. trong tiếng Anh) 2
táiwān 台灣 Đài Loan 3, 5
táizhōng 台中 Đài Trung 9
tán 談 nói; nói chuyện; thảo luận 6, 12
tāng 湯 canh 8
táocí 陶瓷 gốm sứ; đồ gốm 4
tàofáng 套房 phòng có toilet riêng 6
tǎolùn 討論 thảo luận 5
táoyuán 桃園 Đào Viên 9
tèbié 特別 đặc biệt 12
tècháng 特長 khả năng 4
tiān 天 ngày 7
tiān a 天啊 ôi trời ơi 11
tiānqì 天氣 thời tiết 6
tiānzuò zhīhé 天作之合 Thiên tác chi hợp, ý chỉ lương duyên trời định. 12
tiāo 挑 chọn 8
tiáo 條 sợi; cái; con (lượng từ thường dùng cho đồ vật mảnh mà dài) 8, 10
tiàowǔ 跳舞 nhảy múa 4
tǐyùguǎn 體育館 phòng tập thể dục 9
tīngshuō 聽說 nghe nói 6
tòng 痛 đau 6, 11
tóngxué 同學 bạn cùng lớp, bạn học 2
tóu 頭1 (hậu tố phương vị từ) 9
tóu 頭2 đầu 6, 11
tóutòng 頭痛 đau đầu 10, 11
tuǐsuān 腿痠 nhức chân, mỏi chân 10
tuǐtòng 腿痛 đau chân 10
túshūguǎn 圖書館 thư viện 9

W
wā 哇 ồ, òa, wow…(từ cảm thán) 3
wàiguó rén 外國人 người nước ngoài 4
wàimiàn 外面 bên ngoài 9
wán 玩 chơi 5
wán 完 kết thúc, xong 7
wǎn 碗 tô, chén, bát 8
wàng 忘 quên 7

193

wǎng　往　đi đến, hướng đến, rẽ　9
wǎnglùfèi　網路費　tiền Internet　6
wànlǐchángchéng　萬里長城　Vạn Lý Trường Thành　9
wǎnshàng　晚上　buổi tối, ban đêm　7
wànshì rúyì　萬事如意　Vạn sự như ý　12
wǎnyìdiǎn　晚一點　trễ một chút, một lúc sau　7
wèi　位　vị (lượng từ chỉ người, tỏ ý tôn kính)　3
wèi　位　người, vị,... cách dùng trang trọng　5
wèi(bù)　胃(部)　bao tử, dạ dày　10
wèizi　位子　chỗ ngồi　10
wèilái　未來　tương lai　4
wěilì　偉立　Vĩ Lập (tên bạn cùng lớp với Claire)　2
wèishéme　為什麼　tại sao　5
wèitòng　胃痛　đau bụng　10, 11
wèn　問　hỏi　6
wèn wèntí　問問題　đặt câu hỏi　2
wēnquán　溫泉　suối nước nóng　7
wèntí　問題　vấn đề　11
wénwù　文物　di sản văn hóa　4
wénxué　文學　văn học　5
wǒ　我　Tôi　5
wò　握　cầm, nắm, giữ　10
wǒmen　我們　chúng tôi, chúng ta...　2
wòshì　臥室　phòng ngủ　9
wǔ　五　số 5　4
wùjià　物價　vật giá　6
wǔshí　五十　số 50　8

 X

xì　系　khoa　5
xǐ　洗　rửa　10
xià　下　dưới　9
xià...yí tiào　嚇……一跳　giật mình　10
xià yí wèi　下一位　người tiếp theo　2
xiàcì　下次　lần tới　3
xiàge　下個　kế tiếp　7
xiàkè　下課　tan lớp　5
xiàmiàn　下面　bên dưới　9
xiān　先　đầu tiên, trước　5
xiǎng　想　nghĩ　3
xiǎng　想1　muốn　4
xiǎng　想2　nghĩ　4
xiǎng　響　reng, vang　5
xiàng　項　hạng mục　8
xiàngliàn　項錬　dây chuyền　7
xiāngshuǐ　香水　nước hoa　7
xiāngxià　鄉下　nông thôn　12
xiānshēng　先生　ông, ngài, ...　1
xiànzài　現在　bây giờ, hiện nay　2
xiǎo　小　nhỏ　8
xiǎochī　小吃　món ăn vặt　12
xiǎogǒu　小狗　chó con　9
xiǎohái　小孩　trẻ em; em bé　3
xiǎojiě　小姐　cô, chị, ...　1

xiǎolóngbāo　小籠包　Bánh bao hấp nhỏ　12
xiǎotuǐ　小腿　bắp chân　10
xiǎozhuōzi　小桌子　bàn nhỏ　10
xiàwǔ　下午　buổi trưa; chiều　7
xiàyǔ　下雨　trời mưa　4
xībiān　西邊　phía Tây　9
xiě　寫　viết　10
xièxie　謝謝　cám ơn　1
xiézi　鞋子　giày　8
xǐhuān　喜歡　thích　3
xījīng　希京　Higyeong (tên của cô gái Hàn Quốc)　5
xīn　心　tim; tư tưởng, tâm tư　4
xīn　新　mới　5
xíng　行　được　4
xìng　姓1　danh, họ　2
xìng　姓2　họ là...　2
xìnghǎo　幸好　may mắn　11
xìngfú měimǎn　幸福美滿　Hạnh phúc mỹ mãn　12
xínglǐ　行李　hành lý　9
xīngqí　星期　tuần, thứ ...　7
xīngqí èr　星期二　thứ 3　7
xīngqí liù　星期六　thứ 7　7
xīngqí sān　星期三　thứ 4　7
xīngqí sì　星期四　thứ 5　7
xīngqí tiān　星期天　chủ nhật　7
xīngqí wǔ　星期五　thứ 6　7
xīngqí yī　星期一　thứ 2　7
xìngqù　興趣　Sở thích　4
xīnkǔ　辛苦　cực nhọc; vất vả　7
xīnshuǐ　薪水　tiền lương　6
xīnxiǎng shìchéng　心想事成　Tâm tưởng sự thành, ý chúc ước mơ thành sự thật　12
xiōngdì jiěmèi　兄弟姊妹　anh chị em　5
xiūxí　休息　nghỉ ngơi　7
xīwàng　希望1　hi vọng　3
xīwàng　希望2　điều ước vọng　12
xué　學　học　3, 5
xuéfèi　學費　học phí　8
xuéhuì　學會　học được, biết　4
xuéqí　學期　học kỳ　8
xuéshēng　學生　học sinh　1
xuéxí　學習　học, học tập　7
xuéxiào　學校　trường học　2
xuéyè jìnbù　學業進步　Học hành tiến bộ　12
xūyào　需要　cần　6

 Y

ya　呀　a; à; nhá; nhé; nhỉ...　4
yáchǐ　牙齒　răng　10
yǎfáng　雅房　phòng dùng chung toilet　6
yǎnjīng　眼睛　mắt　10
yǎnjīngtòng　眼睛痛　đau mắt　10
yánjiùshì　研究室　phòng nghiên cứu, phòng học　9

yáng　楊　họ Dương　2
yàngzi　樣子　thần sắc; dáng vẻ　7
yánjiùsuǒ　研究所　chương trình sau đại học　3, 12
yánzhòng　嚴重　nghiêm trọng　11
yāo　邀　mời　4
yāo(bù)　腰(部)　eo　10
yào　要1　muốn　4
yào　要2　phải　10
yào　藥　thuốc　11
yāoqǐng　邀請　mời　7
yāosuān　腰痠　đau hông　10
yátòng　牙痛　đau răng　10
yàzhōu　亞洲　châu Á　5
yèshì　夜市　chợ đêm　3
yě　也　cũng　1
ye　耶　Yeah (từ cảm thán)　3
yè　頁　trang　5
yěcān　野餐　picnic　3
yī (yí; yì)　一　số 1　4
yí　咦　ơ; ồ (tỏ ý kinh ngạc)　6
yí　移　di chuyển　10
yì kāishǐ　一開始　từ đầu, đầu tiên　10
yìdiǎn　一點　một chút　5
yídìng　一定　nhất định　4
yìfán fēngshùn　一帆風順　Thuận buồm xuôi gió　12
yīfú　衣服　quần áo　6
yí ge rén　一個人　một mình　5
yígòng　一共　tổng cộng　8
yǐhòu　以後　sau đó, sau này　5
yǐjīng　已經　đã　6
yìndù　印度　Ấn Độ　5
yīnggāi　應該　có thể, nên; cần phải　5
yīngwén　英文　tiếng Anh　4
yīngyǔ　英語　tiếng Anh　5
yínháng　銀行　ngân hàng　9
yīnwèi　因為　vì, bởi vì　5
yīnyuè　音樂　âm nhạc　5
yìnzhāng　印章　con dấu　9
yìqǐ　一起　cùng nhau　3
yīshēng　醫生　bác sĩ　11
yíxià　一下　một chút, làm nhẹ đi câu cầu khiến hay mệnh lệnh　5
yíxiàng　一向　từ trước tới nay　11
yīxué　醫學　y học; y khoa　5
yìyán wéidìng　一言為定　một lời chắc chắn, nghĩa như nhất ngôn cửu đỉnh　7
yíyàng　一樣　giống như　5
yīyuàn　醫院　bệnh viện　11
yìzhí　一直　luôn luôn; suốt; liên tục　8
yòng　用　dùng　12
yǒu　有1　có　4
yǒu　有2　nọ; nào đó　3, 9
(qǐngwèn nǐ) yǒu shé me shì ma　(請問你) 有什麼事嗎？　Xin hỏi anh có việc gì không?　4
yòu　又　lại, nữa　7

yòu　右　phải　9
yòubiān　右邊　bên phải　9
yóujú　郵局　bưu điện　9
yǒukěnéng　有可能　có thể　9
yǒukòng　有空　rảnh, có thời gian　3, 7
yǒuqù　有趣　thú vị　5
yóuxué　遊學　du học　12
yǒuyìdiǎn　有一點　một chút　4
yú　於　ở tại; vào; ở　5
yuǎn　遠　xa　4
yuán　元　đồng (đơn vị tiền)　8
yuánlái　原來　hoá ra; thì ra　3
yuánlái rúcǐ　原來如此　thì ra là thế　12
yuànwàng　願望　cầu chúc　4
yuànwàng　願望　nguyện vọng; ý nguyện　12
yuè　月　tháng　7
yuè...yuè...　越……越……　Càng ... càng ...　6
yùndòng　運動　tập thể dục　3
yùqì　玉器　ngọc bích　4
yúrén jié　愚人節　Ngày Cá tháng tư　7
yùxí　預習　ôn tập　3
yǔyán　語言　ngôn ngữ　7
yǔyán jiāohuàn　語言交換　trao đổi ngôn ngữ　5, 7

 Z

zài　在　ở, tại　3
zài　在　đang　9
zài　載　chở　4
zài　再　lại　5
zài shēnbiān　在身邊　bên cạnh; bên mình　5
zàidù　再度　lần thứ hai; lại lần nữa　8
zàijiàn　再見　bye, tạm biệt　1
zàishuōyícì　再說一次　nhắc lại một lần　4
zǎo　早　＝早安　chào buổi sáng　2
zǎoān　早安　chào buổi sáng　1
zāogāo　糟糕　hỏng; hỏng bét; gay go　9
zàojù　造句　đặt câu　5
zāole　糟了　hỏng rồi, tiêu rồi, ...　9
zǎoshàng　早上　buổi sáng　7
zǎoshēng guìzǐ　早生貴子　Sớm sinh quý tử　12
zǎorì kāngfù　早日康復　sớm hồi phục sức khoẻ　11, 12
zǎorì xuéchéng　早日學成　Sớm học thành tài　12
zěme　怎麼　làm sao, làm thế nào?　11
zěmebàn　怎麼辦　Làm thế nào?　4
zěmehuì　怎麼會　làm sao có thể xảy ra...　11
zěmele　怎麼了　Chuyện gì vậy?, Sao thế?　7
zěmeshuō　怎麼說　sao lại nói thế?, sao thế　12
zěmeyàng　怎麼樣　Thế nào?　3, 5
zěmezǒu　怎麼走　đi như thế nào　9
zì　字　chữ; chữ viết; văn tự　8
zìdiǎn　字典　từ điển　8
zìjǐ　自己　tự mình; bản thân　5
zìwǒ jièshào　自我介紹　tự giới thiệu bản thân

195

5

zīxùn kēxué　資訊科學　công nghệ thông tin　5
zǒu　走1　đi, rời đi　4
zǒu　走2　đi bộ　9
zǒuba　走吧　đi thôi, đi nào　6
zū　租　thuê　6
zuǐ　嘴　miệng　10
zuì(xǐhuān)　最(喜歡)　(thích) nhất　3
zuì　最　nhất　11
zuìhǎo　最好　tốt nhất　4
zuìjìn　最近　gần đây　3
zuìjìn　最近　dạo này, gần đây　7
zuǐpò　嘴破　lở miệng　10
zuǒ　左　trái　9
zuò　坐1　ngồi　4
zuò　坐2　ngồi, đi xe　4
zuò　座　viện (lượng từ cho các tòa nhà lớn ví dụ như viện bảo tàng)　4
zuò　做　làm　9
zuò fàn　做飯　nấu ăn; nấu nướng　3
zuǒbiān　左邊　bên trái　9
zuò gōngchē　坐公車　đón xe buýt　3
zuótiān　昨天　hôm qua　7
zuòyè　作業　bài tập　7

 Zh

zhǎnlǎn　展覽　triển lãm　4
zhāng　張　họ Trương　2
zhānghuà　彰化　Chương Hóa　9
zhǎngshēng　掌聲　vỗ tay　5
zhǎo　找1　thăm　4
zhǎo　找2　thối tiền, đưa tiền thừa　8
zhǎo　找3　tìm　9
(qǐngwèn nín) zhǎo nǎ wèi　(請問您)找哪位　xin hỏi anh tìm ai?　4
zhǎodào　找到　tìm thấy　9
zhè　這　đây, này　8
zhè jǐ tiān　這幾天　những ngày này　7
zhèbiān　這邊　bên này　9
zhège　這個　cái này　6
zhèlǐ　這裡　nơi này, nơi đây　3
zhème　這麼　như vậy　5
zhēn　真　thực sự, thật　4
zhēnde　真的　thực sự　6
zhēnde ma　真的嗎　Thật ư? / Thật sao?　4
zhēn kěxí　真可惜　đáng tiếc! / tiếc quá!　4
zhènghǎo　正好　vừa vặn; đúng lúc　7
zhèngzhì　政治　chính trị　5, 12
zhēnshì　真是　thật là　7
zhèyàng　這樣　như thế này　4
zhēnzhèng　真正　thật sự　12
zhēnzhòng zàijiàn　珍重再見　Giữ sức khỏe và hẹn gặp lại　12
zhēnzhū nǎichá　珍珠奶茶　trà sữa trân châu　12
zhǐ　只　chỉ　3
zhī　隻　con (lượng từ cho động vật)　8

zhī　枝　cây (lượng từ cho bút, viết, ...)　8
zhǐ　紙　giấy　10
zhīdào　知道　biết　8
zhì hǎo　治好　trị khỏi　11
zhīhòu　之後　sau đó　9
zhīqián　之前　trước đó　5
zhǐshì　只是　chỉ là　7
zhìxué　志學　Chí Học　2
zhǐyǒu　只有　chỉ có　7
zhōng　鐘　chuông　5
zhǒng　種　loại　8
zhǒng　種　loại, kiểu　11
zhōngguó　中國　Trung Quốc　4
zhōngjiān　中間　giữa　9
zhōngqiūjié　中秋節　Tết Trung thu　11
zhōngxīn　中心　trung tâm　7
zhōngwén　中文　tiếng Trung, tiếng Hoa　4
zhòngyào　重要　quan trọng　9
zhōu　洲　châu, lục địa　5
zhōu　週　tuần　7
zhù　住　sống, ở　4
zhù　祝　chúc　12
zhuǎn　轉　rẽ　9
zhuàn　賺　kiếm (tiền)　4
zhuānguì xiǎojiě　專櫃小姐　Nhân viên bán hàng　10
zhùfú　祝福　chúc phúc; chúc; chúc mừng　12
zhūmíng　朱銘　Chu Minh (một nhà điêu khắc nổi tiếng người Đài Loan)　7
zhǔnbèi　準備　chuẩn bị　3
zhuōjīn　桌巾　khăn trải bàn　10
zhǔxiū　主修　chuyên môn, chuyên khoa　5
zhǔyì　主意　ý kiến　8

課文譯文
Bài dịch

BÀI 1 Chào buổi sáng! Chào anh!

Hội thoại 1

(Trên đường.)

Hàng xóm: Chào cô, buổi sáng tốt lành!
Claire: Chào anh, buổi sáng tốt lành! Anh
     khỏe không?
Hàng xóm: Tôi rất khỏe, còn cô?
Claire: Tôi cũng rất khỏe, cảm ơn!
Hàng xóm: Tạm biệt!
Claire: Tạm biệt!

Hội thoại 2

(Trong Trung tâm tiếng Hoa Hanlai.)

Giáo viên: Xin chào cô!
Claire: Xin chào ông! Ông là giáo viên phải
     không?
Giáo viên: Tôi là giáo viên.
Claire: Xin chào thầy!
Giáo viên: Chào em, em là học sinh phải
     không?
Claire: Em là học sinh. Anh ấy cũng là học
     sinh phải không?
Giáo viên: Anh ấy không phải là học sinh,
     anh ấy cũng là giáo viên.
Claire: Cảm ơn thầy!
Giáo viên: Không có chi!
Claire: Tạm biệt!
Giáo viên: Tạm biệt!

BÀI 2 Ngài tên gì?

Hội thoại 1

(Trong lớp học.)

Giáo viên: Các em, chào buổi sáng!
Học sinh: Chào cô ạ!
Giáo viên: Cô là cô Dương, giáo viên tiếng
     Hoa của các em.
Học sinh: Chào cô Dương ạ!
Giáo viên: Bây giờ, chúng ta sẽ làm quen

với các bạn trong lớp. Xin hỏi,
     tên em là gì?
Claire: Em họ White.
Giáo viên: Còn tên là gì?
Claire: Tên em là Claire.
Giáo viên: Cảm ơn em! Mời em White hỏi
     bạn kế bên.
Claire: Chào bạn, xin hỏi bạn tên là gì?
Chí Học: Tên tôi là Trương Chí Học.
Claire: Chào Chí Học!
Chí Học: Chào Claire!

Hội thoại 2

(Trong hành lang ngoài lớp học.)

Vĩ Lập: Chào buổi sáng, Claire!
Claire: Chào buổi sáng! Xin hỏi bạn là Chí
     Học phải không?
Vĩ Lập: Không phải! Tôi là Trần Vĩ Lập,
     không phải là Chí Học.
Claire: Vĩ Lập, xin lỗi!
Vĩ Lập: Không sao!
Claire: Xin hỏi, cô ấy là ai?
Vĩ Lập: Cô ấy là vợ tôi. Cô ấy họ Lâm. Tên
     cô ấy là Lâm An Huệ.
Claire: Chào chị Trần!
An Huệ: Chào cô!

BÀI 3 Tôi thích leo núi

Hội thoại 1

(Trong công viên gần Trung tâm tiếng Hoa
Hanlai.)

Chí Học: Claire, chào buổi sáng!
Claire: Chào buổi sáng, Chí Học!
Chí Học: Claire, em thích leo núi không?
Claire: Thích, em rất thích leo núi.
Chí Học: Tốt quá! Anh cũng thích leo núi!
Claire: Không ngờ anh và em đều thích leo
     núi, thích vận động!
Chí Học: Vậy lần tới chúng ta cùng nhau đi
     leo núi, được không?
Claire: Được ạ!
Chí Học: Ngoài leo núi, anh còn thích nấu
     ăn, còn em? Em có thích vào bếp
     không?
Claire: Ồ, em chỉ thích món ăn ngon, không
     thích nấu ăn.
Chí Học: Không sao cả! Lần tới anh sẽ nấu
     cho em ăn, được chứ?
Claire: Tuyệt quá! Cảm ơn anh!

Hội thoại 2

(Trên núi.)

Chí Học: Claire, em thích nơi này không?
Claire: Thích ạ, nơi này đẹp lắm!
Chí Học: Vậy chúng ta cắm trại ở đây nhé!
Claire: Yeah, anh đã chuẩn bị gì vậy?
Chí Học: Anh đã làm bánh sandwich và salad trộn trái cây, hi vọng em sẽ thích!
Claire: wow, ngon quá đi!
Chí Học: Em thích là được!
Claire: Chí Học, anh làm giáo viên dạy nấu ăn cho em, được không?
Chí Học: Không vấn đề gì! Nhưng học phí rất cao đó!
Claire: Bao nhiêu?
Chí Học: Một nụ hôn.
Claire: (đỏ mặt) Vậy thôi đi...

BÀI 4 Tôi biết nói tiếng Hoa

Hội thoại 1

(Lập Sơn và Huệ Mỹ, hai sinh viên đại học sống cùng tòa nhà với Claire White, họ đang ở trong thang máy.)

Lập Sơn: Huệ Mỹ, hôm nay bạn không phải đi học sao?
Huệ Mỹ: Đúng vậy, hôm nay mình được nghỉ. Lập Sơn, bạn ở tầng bảy phải không?
Lập Sơn: Phải, mình ở tầng bảy. Huệ Mỹ, bạn đến tầng năm phải không?
Huệ Mỹ: Mình không về nhà, mình muốn lên tầng tám tìm Minh Phân.

(Cửa mở ở tầng hai và Claire bước vào thang máy.)

Lập Sơn: Người...người nước ngoài kìa!
Huệ Mỹ: Làm... làm thế nào đây, tiếng Anh của mình tệ lắm. Bạn nói đi!
Lập Sơn: Um... hello, which... which floor...
Claire: Xin chào, tôi có thể nói tiếng Hoa. Xin hãy nói tiếng Hoa với tôi, tôi muốn luyện tập!
Lập Sơn: Wow, bạn giỏi quá! Bạn muốn lên tầng mấy?
Claire: Tôi muốn lên tầng 4, cảm ơn.
Lập Sơn: Không thành vấn đề! (Nhấn tầng 4.)

Huệ Mỹ: Tên mình là Huệ Mỹ, bạn ấy là Lập Sơn, xin hỏi bạn tên là gì?
Claire: Tên tôi là Claire White, gọi tôi là Claire được rồi.
Huệ Mỹ: Claire, không ngờ bạn biết nói tiếng Hoa! Phải rồi, Lập Sơn ở tầng bảy, mình ở tầng năm, hoan nghênh bạn đến chơi, chúng tôi sẽ giúp đỡ bạn.
Claire: Cảm ơn các bạn! (Họ đến tầng 4.) À, tôi phải đi rồi, tạm biệt!
Lập Sơn, Huệ Mỹ: Tạm biệt!

Hội thoại 2

(Sau lần Chí Học cùng leo núi với Claire, anh lại muốn mời cô đi tham quan Bảo tàng Cung điện Quốc gia. Họ gặp nhau tại hành lang của Trung tâm tiếng Hoa Hanlai.)

Chí Học: Claire, anh muốn mời em đi xem triển lãm ở Cố Cung, được không?
Claire: Cố Cung là gì vậy?
Chí Học: Cố Cung là một viện bảo tàng rất lớn, có rất nhiều di sản văn hóa Trung Quốc, em nhất định sẽ thích!
Claire: Được ạ! Em muốn đi! Có xa không ạ?
Chí Học: Hơi xa một chút, nên chúng ta phải đi xe buýt.
Claire: Đi xe buýt không thú vị gì cả, anh có thể lái xe chở em đi không?
Chí Học: Tiếc quá, anh không biết lái xe.
Claire: Hả? Vậy thì không được rồi, bạn trai tương lai của em nhất định phải biết lái xe.
Chí Học: Thật sao? Vậy anh nhất định sẽ học lái xe!
Claire: Tốt nhất là phải biết lái máy bay nữa.
Chí Học: Thật sao? Vậy anh nhất định phải kiếm thật nhiều tiền để học lái máy bay!
Claire: (nghĩ thầm) Phải không đây? Anh ấy cho là thật rồi!

BÀI 5 Bạn là người nước nào?

Hội thoại 1

(Trong lớp học của Trung tâm tiếng Hoa Hanlai.)

Giáo viên: Chào các em!
Các sinh viên: Chào cô ạ!

Giáo viên: Trước khi lên lớp, cô muốn giới thiệu với mọi người một bạn học sinh mới, mọi người vỗ tay hoan nghênh bạn ấy nào! (Mọi người vỗ tay.)

Pháp Đỗ: Xin chào mọi người, mình là Pháp Đỗ.

Chí Học: Pháp Đỗ, bạn đẹp quá! Bạn là người nước nào?

Claire: Mình đoán có thể bạn ấy là người Mỹ đó?

Pháp Đỗ: Mình không phải là người Mỹ, mình là người Gambia. Mình có thể nói tiếng Anh, và một ít tiếng Hoa.

Claire: Không ngờ bạn là người Gambia. Gambia ở châu Phi, phải không?

Pháp Đỗ: Đúng rồi!

Giáo viên: Cô mời mọi người tự giới thiệu bản thân với Pháp Đỗ, được chứ?

Higyeong: Vâng, để em trước! Tên mình là Kim Higyeong, mình là người Hàn Quốc!

Claire: Chào bạn, tên mình là Claire White, mình là người Canada!

Chí Học: Chào Pháp Đỗ, gọi mình là Chí Học là được. Mình đến từ Mỹ.

Vĩ Lập: Mình là Vĩ Lập, mình và Chí Học đều là người Mỹ. Xin chỉ giáo!

Pháp Đỗ: Cũng mong mọi người giúp đỡ thêm! Mọi người thật là thân thiện!

Thầy: Mọi người đã quen biết nhau rồi, chúng ta bắt đầu vào lớp nào! Mọi người mở sách trang 16!

(Chuông reo kết thúc lớp học.)

Giáo viên: Nhanh thật, chuông tan lớp vang rồi! Hẹn gặp mọi người ngày mai. Phải rồi, các bạn về nhà nhớ ôn tập nhé!

Claire: Cô ơi, hôm nay có bài tập về nhà không?

Thầy: Không, nhưng phải luyện tập từ vựng, ngày mai sẽ kiểm tra đặt câu!

Hội thoại 2

(Để làm quen với Pháp Đỗ, Claire mời cô ấy dùng bữa trưa. Họ đang dùng bữa ở nhà hàng Nhật.)

Claire: Pháp Đỗ, tại sao bạn muốn đến Đài Loan học tiếng Hoa?

Pháp Đỗ: Mình muốn học y ở Đài Loan, nên mới đến học tiếng Hoa.

Claire: Bạn sang Đài Loan một mình ư?

Pháp Đỗ: Phải, gia đình mình không ở đây, ba và mẹ mình đang làm việc ở Argentina.

Claire: Xa vậy sao!

Pháp Đỗ: Phải. Anh trai mình đang học tại Na Uy, chị mình đang làm việc ở Ấn Độ. Em gái mình vẫn sống ở Gambia, nhưng năm tới em ấy sẽ đi học ở Nga.

Claire: wow, gia đình của bạn thật là thú vị! Ba mẹ ở Nam Mỹ, chị gái ở châu Á, em trai ở châu Âu!

Pháp Đỗ: Đúng rồi! Phân bổ ở khắp các châu lục luôn!

Claire: Nếu có cơ hội, mình cũng muốn đi chơi nhiều nơi!

Pháp Đỗ: Như thế rất tốt! Claire, bạn muốn đi đâu?

Claire: ừm ...... (Nhìn quanh) sau này mình muốn đi Nhật du học! Bạn thấy sao?

Pháp Đỗ: Tuyệt vời! Sau này mình có thể đến Nhật Bản tìm bạn, tiện thể thưởng thức món ăn Nhật Bản chính thống!

BÀI 6 Cô ấy là bạn cùng phòng với tôi

Hội thoại 1

(Pháp Đỗ muốn ở cùng với một bạn trong lớp, cô ấy hỏi bạn ấy một số thông tin.)

Higyeong: Pháp Đỗ, chào buổi sáng!

Pháp Đỗ: Chào buổi sáng! (ừm.) Làm thế nào đây?

Higyeong: Có chuyện gì vậy?

Pháp Đỗ: Mình có thể ở cùng với bạn không? Như thế thuận tiện hơn. Mình muốn làm bạn cùng phòng với bạn.

Higyeong: Tiếc quá! Mình đã có một bạn cùng phòng. Phải rồi, bạn có thể hỏi Claire! Không chừng bạn có thể trở thành bạn cùng phòng của bạn ấy.

Pháp Đỗ: Cảm ơn bạn! Để mình đi hỏi bạn ấy!

(Pháp Đỗ nói chuyện với Claire.)

Pháp Đỗ: Claire, chào buổi sáng! Nghe nói bạn đang ở một mình phải không?

Claire: Đúng vậy!

Pháp Đỗ: Mình muốn ở cùng với các bạn học, vì mình nghĩ như thế sẽ tiện lợi hơn.

Claire: Mình cũng nghĩ như vậy!

Pháp Đỗ: Claire, mình làm bạn chung phòng của bạn được không?

Claire: Được chứ!

Pháp Đỗ: Thật cảm ơn bạn!

Claire: Đừng khách sáo!

Hội thoại 2

(Thứ bảy, khi Clarie đang giúp Pháp Đỗ dọn nhà thì Huệ Mỹ đến.)

Pháp Đỗ: Claire, phòng của bạn đẹp quá! Mình rất thích căn phòng này!

Claire: Thật sao? Bạn thích là tốt rồi!

Pháp Đỗ: Đương nhiên là thật rồi! Mình nghĩ căn phòng này đẹp hơn vườn hoa nữa!

(Cả hai cùng cười vang. Chuông cửa reo lên.)

Claire: Cho hỏi ai vậy ạ?

Huệ Mỹ: Là tôi, Huệ Mỹ đây!

Claire: Chờ một chút! Tôi sẽ mở cửa ngay! (Mở cửa). Mời vào mời vào, xin lỗi, tôi đang bận một chút!

Huệ Mỹ: Đừng nói vậy! Ổ? Xin hỏi đây là ......?

Claire: Cô ấy là bạn cùng phòng của tôi, cô ấy tên là Giả Pháp Đỗ! Cô ấy đến từ Gambia!

Pháp Đỗ: Xin chào! Gọi tôi là Pháp Đỗ là được rồi. Tôi mười chín tuổi. Tên bạn là gì?

Huệ Mỹ: Chào Pháp Đỗ! Tôi họ Phạm, tên là Huệ Mỹ, năm nay tôi hai mươi tuổi. Rất vui được gặp em!

Claire: Huệ Mỹ còn rất trẻ, nhưng Pháp Đỗ trẻ hơn rồi!

Huệ Mỹ: Cũng gần như nhau thôi. Nào, Pháp Đỗ, chị tặng em một món quà!

(Cô ấy tặng Pháp Đỗ một viên kẹo.)

Pháp Đỗ: Cảm ơn chị! Em ngày càng thích nơi này! (Cô ấy ăn thử viên kẹo.) Viên kẹo này ngon hơn tất cả mọi thứ!

Huệ Mỹ: Thật tốt quá! Có cần chị giúp gì không?

Claire, Pháp Đỗ: Vâng, cảm ơn chị!

BÀI 7 Ngày mai là thứ mấy?

Hội thoại 1

(Lập Sơn gần đây rất bận và cảm thấy bị quá tải. Claire ghé qua để hỏi xem cô ấy có thể giúp được gì không, và cô ấy cũng có một việc cần làm ngay.)

Claire: Lập Sơn, trông anh không được khỏe cho lắm, anh làm sao thế?

Lập Sơn: Gần đây anh bận quá. Mấy hôm nay có bài kiểm tra, hôm qua anh phải đọc rất nhiều sách.

Claire: Vất vả cho anh quá!

Lập Sơn: Từ thứ 2 đến thứ 6 anh có rất nhiều lớp. Thứ 7 phải trao đổi ngôn ngữ, chủ nhật phải đi làm. Anh muốn nghỉ ngơi.

Claire: Gần đây em cũng rất bận, nhưng không bận như anh.

Lập Sơn: Em có nhiều tiết học không?

Claire: Cũng bình thường, em chỉ có tiết vào buổi sáng thứ ba, thứ tư, thứ năm, nhưng mỗi buổi chiều phải đến trung tâm dạy tiếng Anh.

Lập Sơn: Tốt thế! Anh có lớp từ sáng đến tối luôn nè!

Claire: Vất vả quá!

Lập Sơn: Ừ, lại còn rất nhiều bài tập nữa, thực sự không thể chịu được.

Claire: Tội nghiệp anh quá!

Lập Sơn: À, mà em tìm anh có việc gì thế?

Claire: À, tí nữa thì quên. Tuần tới là sinh nhật của em, em muốn mời anh đến dự tiệc sinh nhật của em!

Lập Sơn: Vào ngày mấy thứ mấy?

Claire: Vào thứ 2 ngày 16 tháng 4. Anh có rảnh không?

Lập Sơn: Để anh xem, bữa đó anh rảnh.

Claire: Tuyệt vời! Vậy mời anh thứ 2 tuần sau lúc 6 giờ tối đến nhà em nhé!

Lập Sơn: Không thành vấn đề!

Claire: Hứa rồi nhé!

Lập Sơn: Hứa mà!

Hội thoại 2

(Lớp của Claire quyết định đi tham quan Viện bảo tàng nghệ thuật Chu Minh vào kỳ nghỉ của họ. Claire và Chí Học đã được bầu làm người phụ trách chuyến đi. Họ đang sắp xếp lịch trình.)

Chí Học: Cô Dương vừa nói ngày mấy

chúng ta sẽ đi Viện bảo tàng nghệ thuật Chu Minh?

Claire: Cô nói, buổi sáng ngày thứ hai của đợt nghỉ lễ.

Chí Học: Anh đã quên đợt nghỉ này từ ngày mấy đến ngày mấy rồi.

Claire: Từ 31 tháng 3 đến 5 tháng 4. Vì vậy, một ngày sau khi kỳ nghỉ bắt đầu là vào ngày 1 tháng 4.

Chí Học: Ngày 1 tháng 4 không phải là Cá tháng tư sao?

Claire: Là ngày Cá tháng tư đó! (Cô mỉm cười.) Yên tâm đi, cô không nói dối chúng ta đâu.

Chí Học: Vậy thì được. Chúng ta nên tập trung lúc mấy giờ?

Claire: Em nghĩ… chúng ta tập trung lúc 08:30 sáng trước cổng Trung tâm được không?

Chí Học: Được. À, em nhớ trước 10 giờ sáng hôm đó đặt cơm hộp nhé!

Claire: Không thành vấn đề. Sau khi tham qua, chiều 5 giờ chúng ta cùng về nhà, OK chứ?

Chí Học: Được!

Claire: Em có việc, phải đi trước đây. Tạm biệt!

Chí Học: Tạm biệt!

BÀI 8 Quyển sách này bao nhiêu tiền?

Hội thoại 1

(Higyeong và Vĩ Lập đang bàn về việc mua quà sinh nhật cho Claire vào ngày 16 tháng 4.)

Higyeong: Vĩ Lập, anh sẽ đến tiệc sinh nhật của Claire chứ?

Vĩ Lập: Đương nhiên là anh sẽ đi! Em cũng đi chứ?

Higyeong: Em sẽ đi, nhưng mà em không biết tặng gì cho bạn ấy.

Vĩ Lập: Con gái chắc đều thích hoa phải không? Anh dự định tặng em ấy một bó hoa hồng, em thấy sao?

Higyeong: Không được, hoa mắc lắm, với lại vợ của anh sẽ ghen đấy.

Vĩ Lập: Thật sao?

Higyeong: Hiện nay một đóa hồng khoảng 40 tệ.

Vĩ Lập: Em nói đúng, đúng là mắc quá!

Higyeong: Em muốn mua một bộ quần áo thật đẹp cho Claire. Con gái

chúng em đều thích đẹp, cô ấy nhất định sẽ thích!

Vĩ Lập: Vậy anh nên tặng gì đây? Higyeong, em có ý kiến gì không?

Higyeong: À… Phải rồi, nghe nói Claire đang cần một quyển từ điển tiếng Hoa, anh có thể tặng bạn ấy một quyển.

Vĩ Lập: Ý kiến hay! Anh quyết định rồi, anh sẽ tặng từ điển cho em ấy!

Higyeong: Vậy chúng ta cùng đi mua thôi! Đi nào!

Vĩ Lập: Được!

Hội thoại 2

(Vĩ Lập và Higyeong đang ở trong nhà sách.)

Vĩ Lập: Higyeong, em thấy quyển từ điển này thế nào?

Higyeong: Em thấy không tốt lắm, chữ nhỏ quá!

Vĩ Lập: Cũng phải. Vậy còn quyển này? Chữ đủ lớn rồi chứ?

Higyeong: Có vẻ tốt đấy!

Vĩ Lập: Vậy anh sẽ mua quyển này.

Higyeong: Vâng, nhưng mà bao nhiêu tiền ạ?

Vĩ Lập: Để anh hỏi đã. Xin lỗi, cho hỏi quyển sách này bao nhiêu tiền?

Nhân viên bán hàng: Quyển này 650 tệ.

Vĩ Lập: Tôi mua cuốn này.

Nhân viên bán hàng: Vâng ạ. Nhận của anh 1000 tệ, thối lại anh 350 tệ. Đây là hóa đơn của anh, hoan nghênh anh lại đến!

Vĩ Lập: Chúng ta đi đâu nữa đây?

Higyeong: Đi chọn quần áo với em nhé! Em biết có một tiệm, toàn bộ quần áo đều giảm 50%!

Vĩ Lập: Rẻ thế, chúng ta đi nào!

Higyeong: Xuất phát!

BÀI 9 Ngân hàng ở đâu?

Hội thoại 1

(Claire muốn gửi tiền về Canada, nhưng tiếc rằng, cô ấy đã quên ngân hàng nằm ở đâu.)

Claire: Chết rồi, ngân hàng đi như thế nào nhỉ? (William đến.) Vĩ Lập! Anh đến thật đúng lúc, anh biết ngân hàng ở đâu không?

Vĩ Lập: Xin lỗi, anh không rõ. Em có thể đi hỏi cô giáo, cô ấy nhất định sẽ biết.

Claire: Nhưng cô vẫn chưa đến. Anh biết bây giờ cô đang ở đâu không?

Vĩ Lập: Cô đang ở trong văn phòng.

Claire: Cảm ơn anh!

Vĩ Lập: Đừng khách sáo!

(Claire đến văn phòng của cô Dương.)

Claire: Cô Dương, xin lỗi, em làm phiền chút ạ!

Teacher: Không sao, em nói đi!

Claire: Cô biết làm thế nào để đi đến ngân hàng không? Em muốn gửi tiền về Canada, nhưng quên mất ngân hàng ở đâu rồi.

Giáo viên: Ngân hàng à? Sau khi em rời khỏi cổng chính, rẽ trái, qua hai ngã tư rồi rẽ phải sẽ nhìn thấy.

Claire: Cảm ơn cô! Cô thật tốt, cô đã giúp em rất nhiều đó!

Giáo viên: Đừng khách sáo!

Hội thoại 2

(Mặc dù Claire đã biết cách đi đến ngân hàng, nhưng cô ấy không tìm thấy sổ ngân hàng và con dấu. Cô ấy nghĩ có thể mình đã để đâu đó trong căn hộ của mình. Cô ấy nhờ Pháp Đỗ giúp cô ấy tìm chúng.)

Pháp Đỗ: Claire, bạn đang làm gì?

Claire: Mình đang tìm sổ ngân hàng và con dấu, mình muốn chuyển tiền về Canada. Bạn có thể giúp tôi tìm chúng không?

Pháp Đỗ: Được chứ

Claire: Pháp Đỗ, bạn giúp mình tìm trong tủ cạnh TV nhé, mình xem trong ngăn kéo bên này.

Pháp Đỗ: Không thành vấn đề.

Claire: Tiêu rồi, không có trong ngăn kéo. Có thể để trên bàn ăn, mình đi xem đã.

Pháp Đỗ: Cũng không có trong tủ. Có khi nào rơi dưới ghế sofa không?

Claire: Có thể lắm, bạn giúp mình tìm thử được không?

Pháp Đỗ: Được. (Tìm dưới ghế sofa.) Chỗ này cần phải quét dọn, bên dưới có rất nhiều rác.

Claire: Đừng lo, hôm nay mình sẽ quét nhà. Trên bàn cũng không có, có thể ở trong phòng ngủ không nhỉ?

Pháp Đỗ: Chúng ta vào tìm xem.

Claire: (Vào phòng ngủ) Mình tìm thấy rồi, trong ngăn kéo bàn học.

Pháp Đỗ: Chúc mừng! Vậy bạn nhanh đi chuyển tiền đi! Để mình quét nhà cho!

Claire: Cảm ơn bạn!

Bài 10 Tôi có thể thử được không?

Hội thoại 1

(Chí Học rất yêu thích văn hóa Trung Hoa, anh ấy đã quyết định học thư pháp. Anh ấy đang luyện tập viết thư pháp ở trung tâm ngôn ngữ Hanlai thì Claire bước vào.)

Claire: Chào Chí Học! Anh đang làm gì thế?

Chí Học: Ồ, làm anh giật cả mình. Anh đang tập viết thư pháp.

Claire: Ồ, chữ của anh đẹp quá! Anh đã học bao lâu rồi?

Chí Học: Được gần một năm rồi.

Claire: Giỏi quá! Em có thể thử không?

Chí Học: Được chứ.

Claire: Vậy anh có thể dạy em không?

Chí Học: Được thì được, nhưng anh chưa từng dạy ai cả.

Claire: Anh thông minh như vậy, chắc chắn không thành vấn đề.

Chí Học: Được rồi! Đầu tiên, phải rửa cọ trước.

(Claire rửa cọ.)

Claire: Xong rồi. Sau đó thế nào ạ?

Chí Học: sau đó đặt tờ giấy xuống cẩn thận. (Claire đặt tờ giấy xuống.)

Chí Học: Tiếp theo, tay cầm cọ như thế này, em nhìn xem.

(Chí Học viết mẫu một chữ. Sau đó, đến lượt Claire viết.)

Claire: Thế này phải không?

Chí Học: Đúng rồi! Em học rất nhanh!

Hội thoại 2

(Claire đi bách hóa mua quần áo mới.)

Nhân viên bán hàng: Hello. May I help you?

Claire: Xin chào, tôi có thể nói tiếng Hoa.

Nhân viên bán hàng: Tốt quá. Xin hỏi chị cần gì?

Claire: Tôi muốn mua áo và quần jeans. Phiền chị cho tôi xem quần jeans màu xanh nhạt ở kia được không?

Nhân viên bán hàng: Không thành vấn đề.

(Cô ấy đưa quần jeans cho Claire.)

Claire: Cảm ơn chị. Xin hỏi tôi có thể mặc thử không?

Nhân viên bán hàng: Tất nhiên là được! Tôi sẽ dẫn chị đến phòng thử đồ.

Claire: Cảm ơn chị! (Claire thử quần jeans.)

Nhân viên bán hàng: Chị ơi, quần jeans này rất hợp với chị đó!

Claire: Thật sao? Tôi cũng nghĩ thế, trông có vẻ trẻ ra nhỉ!

Nhân viên bán hàng: Chúng tôi có một kiểu áo kết hợp với quần jeans này rất đẹp, chị có muốn xem không?

Claire: Tốt quá! Làm phiền chị!

BÀI 11 Tôi đau đầu quá

Hội thoại 1

(Claire và Pháp Đỗ đang xem ti vi trong phòng khách. Đột nhiên, Pháp Đỗ cảm thấy không khỏe.)

Pháp Đỗ: Ối! (Ôm đầu.)

Claire: Pháp Đỗ, bạn làm sao thế?

Pháp Đỗ: Mình cảm thấy khó chịu quá. Mình đau đầu quá!

Claire: Bạn đã đi khám bác sĩ chưa?

Pháp Đỗ: Chưa.

Claire: Vậy bây giờ chúng ta đi khám bác sĩ nhé!

Bác sĩ: Xin chào, em thấy không khỏe ở đâu?

Pháp Đỗ: Em đau đầu quá.

Bác sĩ: Để tôi xem nào...

(Vài giây trôi qua.)

Claire: Có phải cảm lạnh không ạ?

Bác sĩ: Không phải, cô ấy không bị sốt, cũng không bị ho, không phải là cảm lạnh.

Pháp Đỗ: Em hay bị đau đầu, khi còn ở Gambia cũng thường bị đau đầu.

Bác sĩ: Đừng lo lắng, bệnh không nặng, tôi nhất định sẽ chữa khỏi.

(Sau khi được chẩn đoán xong, Claire và Pháp Đỗ đợi bác sĩ kê toa.)

Claire: May quá, bác sĩ nói bệnh đau đầu của bạn không nghiêm trọng, uống thuốc vài ngày sẽ khỏi.

Pháp Đỗ: Mình nghĩ làm bác sĩ có thể cứu người thật tốt! Sau này mình nhất định sẽ trở thành một bác sĩ giỏi.

Claire: Cố gắng lên!

(Một y tá tại quầy thuốc gọi tên Pháp Đỗ đến nhận thuốc.)

Y tá: Cô Giả Pháp Đỗ!

Pháp Đỗ: (đi đến quầy thuốc) Tôi đây!

Y tá: Thuốc này dùng ngày 3 lần sau bữa ăn, còn loại này uống trước khi đi ngủ. Chú ý những ngày này đừng uống nước lạnh nhé!

Pháp Đỗ: Vâng, cảm ơn chị!

Hội thoại 2

(Cô Dương bước vào lớp chỉ thấy Claire đang ngồi một mình.)

Giáo viên: Claire, chào buổi sáng!

Claire: Chào buổi sáng, cô Dương!

Giáo viên: Sao lạ vậy, chỉ có một mình em thế? Các bạn khác đâu?

Claire: Pháp Đỗ bị bệnh rồi, bạn ấy bị đau đầu, nên không đến được.

Giáo viên: Vậy còn Vĩ Lập? Em ấy không phải từ trước tới nay đều khỏe mạnh sao?

Claire: Nghe nói anh ấy cũng bị bệnh rồi. Hình như là bị đau bao tử. Anh ấy cứ tiêu chảy mãi.

Giáo viên: Không phải chứ! Còn Higyeong thì sao?

Claire: Higyeong khi lên cầu thang không cẩn thận bị ngã, nên bị trật chân ạ.

Giáo viên: Thảm thế, còn Chí Học? Chí Học cũng gặp chuyện rồi ư?

Claire: Chí Học tội nghiệp nhất, anh ấy bị tai nạn giao thông. Họ đều đang ở trong bệnh viện.

Giáo viên: Trời? Sao lại thế được? Hy vọng mọi người đều mau chóng bình phục!

Claire: Cô cũng phải giữ gìn sức khỏe ạ!

BÀI 12 Tôi hi vọng năm sau có thể đi Nhật du học

Hội thoại 1

(Một vài ngày trước đêm giao thừa, lớp của cô Dương đang thưởng thức cà phê trong tiệm gần trung tâm ngôn ngữ. Họ đang nói chuyện về tương lai.)

Giáo viên: Thời gian trôi qua thật nhanh,

một năm đã qua rồi! Cô xin chúc mọi người năm mới vui vẻ!

Cả lớp: Chúc cô năm mới vui vẻ!

Giáo viên: Vậy hôm nay chúng ta nói về hy vọng mới trong năm mới nhé. Claire, em nói trước đi.

Claire: Em hy vọng năm sau có thể đi du học ở Nhật Bản. Nghe nói Nhật Bản rất đẹp!

Pháp Đỗ: Đến em nhé! Em hy vọng sau này có thể trở thành một bác sĩ giỏi.

Cô giáo: Tốt lắm! Còn em, Vĩ Lập?

Vĩ Lập: Em ước có thể cùng vợ dọn về quê sinh sống.

Giáo viên: Nông thôn không khí trong lành, con người lại thân thiện, cô cũng thích nông thôn. Còn em thì sao, Higyeong?

Higyeong: Nếu được, em muốn ở lại Đài Loan học lên thạc sĩ.

Giáo viên: Cô nhớ em muốn học về chính trị phải không?

Higyeong: Đúng ạ!

Claire: Cô ơi, bạn ấy nói dối đó! Ước mơ thật sự của bạn ấy là tìm được một người bạn trai rồi mau chóng kết hôn!

Higyeong: Bạn nói vớ vẩn gì đấy! (Cô đỏ mặt, mọi người cười vang.)

Chí Học: (Giơ tay) Em cũng muốn nói ra nguyện vọng của mình!

Giáo viên: Em nói đi!

Chí Học: Em muốn hẹn hò với Claire!

Học sinh: Ồ (Mọi người bắt đầu hoan hô cổ vũ)

Claire: (Đỏ mặt) Em... em không biết gì đâu nha!

Hội thoại 2

(Sau buổi học, Claire dùng bữa tối với Higyeong. Higyeong hỏi Claire về kế hoạch năm mới của cô ấy.)

Higyeong: Claire, bạn muốn đi Nhật du học sao?

Claire: Ừ, đúng rồi!

Higyeong: Tiếc quá, sao bạn không chọn Hàn Quốc? Hàn Quốc cũng rất đẹp mà. Nếu bạn đến, có thể ở nhà của mình đó.

Claire: Cảm ơn bạn, nhưng mình có tình cảm đặc biệt dành cho Nhật Bản.

Higyeong: Sao thế?

Claire: Đây là bí mật, bạn không được nói với người khác đâu nhé. Thật ra, mối tình đầu của mình là một người Nhật. Nên mình rất yêu thích nước Nhật.

Higyeong: Thì ra là thế. Vậy còn Chí Học thì sao?

Claire: Phải xem biểu hiện của anh ấy thôi!

Higyeong: Được thôi! Năm mới sắp đến rồi, mình dùng một câu thành ngữ chúc bạn nhé! Chúc bạn, sớm sinh quý tử!

Claire: Sớm sinh quý tử? Bạn nói sai rồi! Mình chưa kết hôn cơ mà!

Higyeong: Ồ, ý mình là "sớm hồi phục sức khoẻ" đó!

Claire: Mình có bệnh gì đâu! Mình nghĩ, ý bạn là "Sớm học thành tài"! (Họ cười vang.)

聽力練習
Luyện nghe

第一課　早安，您好！

II .Chọn mô tả chính xác nhất cho mỗi bài hội thoại.

1.
鄰居：小姐，早安！
　　　xiǎojiě　zǎoān

愷俐：先生，早安！你好嗎？
　　　xiānshēng　zǎoān　nǐ hǎo ma

鄰居：我很好，你呢？
　　　wǒ hěn hǎo　nǐ ne

愷俐：我也很好，謝謝！
　　　wǒ yě hěn hǎo　xièxie

2.
老師：老師好！
　　　lǎoshī hǎo

愷俐：你好，你是學生嗎？
　　　nǐhǎo　nǐ shì xuéshēng ma

老師：我是學生。他也是學生嗎？
　　　wǒshì xuéshēng　tā yě shì xuéshēng ma

愷俐：他不是學生，他也是老師。
　　　tā bú shì xuéshēng　tā yě shì lǎoshī

3.
愷俐：先生，早安！您好嗎？
　　　xiānshēng　zǎoān　nín hǎo ma

鄰居：不好，我很忙。
　　　bù hǎo　wǒ hěn máng

愷俐：你很累嗎？
　　　nǐ hěn lèi ma

鄰居：我很累。
　　　wǒ hěn lèi

第二課　您貴姓？

II.Nghe đoạn hội thoại và trả lời câu hỏi. (Đúng/ Sai)

愷俐：老師好。對不起，我遲到了！
　　　lǎoshī hǎo　duì bù qǐ　wǒ chí dào le

老師：愷俐啊，沒關係。請坐請坐。
　　　kǎilì a　méi guānxī　qǐng zuò qǐng zuò

師丈：妳好，妳好。
　　　shīzhàng nǐ hǎo　nǐ hǎo

老師：愷俐，這是我先生，他叫林俊傑。
　　　kǎilì　zhèshìwǒxiānshēng tā jiào línjùnjié

　　　妳叫師丈就好了。
　　　nǐ jiào shīzhàng jiù hǎole

愷俐：您好，我叫白愷俐。我來自加拿大，
　　　nín hǎo　wǒ jiào bái kǎilì　wǒ lái zì jiānádà

　　　很高興認識您。
　　　hěn gāoxing rènshì nín

師丈：我也很高興認識妳。
lǎoshī　wǒyě hěn gāoxing rènshì nǐ

愷俐：這漂亮的女生是誰呢？
kǎilì　zhè piàoliàng de nǚshēng shì shuí ne

老師：這是我的女兒。她叫婷婷。
lǎoshī　zhè shì wǒ de nǚér　tā jiàotíngtíng

老師：婷婷……要叫姐姐喔！
lǎoshī　tíngtíng ...　yàojiào jiějie　o

婷婷：姐姐好。
tíngtíng　jiějie hǎo

愷俐：嗯！很乖，很乖。
kǎilì　en　hěnguāi hěnguāi

老師，師丈：哈！哈！哈！
lǎoshī shīzhàng　hā　hā　hā

愷俐：哇！老師，您的家很大，很漂亮呢！
kǎilì　wa　lǎoshī　nín de jiā hěndà　hěnpiàoliàngne!

　　　這房子很貴嗎？
　　　zhè fángzi hěn guì ma

師丈：不貴、不貴。這房子很便宜。
shīzhàng búguì　búguì　zhè fángzi hěn piányí

第三課　我喜歡爬山

II.Nghe đoạn đối thoại và đánh dấu các câu đúng với chữ "Đ" và sai với "S".

希京：請問你是立山嗎？
xījīng　qǐngwèn nǐ shì lìshān ma

立山：是的，我就是。妳是金希京小姐，
lìshān　shi de　wǒ jiù shì　nǐ shì jīn xījīng xiǎojiě

　　　對不對？
　　　duì bú duì

希京：對啊！你好，我來自韓國。
xījīng　duì a　nǐ hǎo　wǒ lái zì hánguó

立山：原來你是韓國人喔！妳好，我姓高，
lìshān　yuánlái nǐ shì hánguórén ō　nǐ hǎo　wǒxinggāo

　　　名立山。
　　　mínglìshān

　　　叫我立山就好了。
　　　jiào wǒ lìshān jiù hǎo le

　　　對了，我帶妳去吃小吃，如何？
　　　duì le　wǒ dài nǐ qù chī xiǎochī　rúhé

希京：小吃是什麼？小小的飯嗎？
xījīng　xiǎochī shì shí me　xiǎoxiǎo de fàn ma

立山：哈哈不是喔！那裡就有小吃，走吧！
lìshān　hā hā búshì ō　nà lǐ jiù yǒu xiǎochī zǒu ba

希京：喔，我認識它們—包子、炒麵、
xījīng　ò　wǒ rènshì tāmen　bāozi　chǎomiàn

　　　炒飯，炒飯真的好好吃！
　　　chǎofàn　chǎofàn zhēn de hǎo hǎo chī

立山：我平常都來這裡吃東西，
lìshān　wǒ píngcháng dōu lái zhè lǐ chī dōngxī

　　　炒飯也是我最喜歡的小吃了。
　　　chǎofàn yě shì wǒ zuì xǐhuān de xiǎochī le

　　　除了炒飯之外，
　　　chú le chǎofàn zhī wài

　　　這裡的水餃也很好吃喔！
　　　zhè lǐ de shuǐjiǎoyě hěn hǎo chī ō

希京： 太好了，我們 趕快 進去 吃吧！
xījīng　 tài hǎo le　　wǒmen gǎnkuài jìn qù chī ba
立山： 志學 說 得 對，妳 真的 很愛 吃 美食。
lìshān　zhìxuéshuōde duì　nǐzhēndehěn ài chīměishí
　　 等等 我 啊！
　　 děngděng wǒ a

第四課　我會說華語

II.Chọn mô tả chính xác nhất cho mỗi bài hội thoại.

惠美的姊姊： 喂，請問 您 找 哪位？
huìměi de jiějie　 wèi　 qǐngwènnín zhǎo nǎ wèi
愷俐： 您好，我 想 找 惠美。
kǎilì　 nín hǎo　 wǒ xiǎng zhǎo huìměi
惠美的姊姊： 對不起，她 不在。請問 你 有
duì bù qǐ　tā bú zài　qǐngwèn nǐ yǒu
　　 什麼 事 嗎？
　　 shéme shì ma
愷俐： 您好，我 是 愷俐，妳們 的 新鄰居。
kǎilì　nínhǎo　 wǒ shì kǎilì　 nǐmen de xīn línjū
惠美的姊姊： 喔，你 就 是 住 在 四樓 的
huìměi de jiějie　ō　 nǐ jiù shì zhù zài sì lóu de
　　 外國人，對 不 對？
　　 wàiguórén　duì bú duì
　　 您好，我 是 惠美 的 姊姊。
　　 nín hǎo　wǒ shì huìměi de jiějie
愷俐： 我 想 邀請 惠美 跟 我 一 起 去 看
kǎilì　wǒ xiǎng yāoqǐng huìměi gēn wǒ yì qǐ qù kàn
　　 展覽。可以 請 她 打 電話給 我 嗎？
　　 zhǎnlǎn　kěyǐ qǐng tā dǎ diànhuàgěi wǒ ma
惠美的姊姊： 好。她 有 妳 的 電話 嗎？
huìměi de jiějie　hǎo　tā yǒu nǐ de diànhuà ma
愷俐： 有，謝謝 您。
kǎilì　yǒu　 xièxie nín
惠美的姊姊： 愷俐，沒 想 到 你 的 中 文
huìměi de jiějie　 kǎilì　méi xiǎng dào nǐ de zhōngwén
　　 這麼厲害！
　　 zhè me lìhài
　　 歡迎 你 有 空來 坐坐！
　　 huānyíng nǐ yǒu kōnglái zuòzuò
愷俐： 謝謝，再見。
kǎilì　 xièxie　 zàijiàn
惠美的姊姊： 不客氣，再見。
huìměi de jiějie　 bú kèqì　 zàijiàn

第五課　你是哪一國人？

Nghe đoạn đối thoại và đánh dấu các câu đúng với chữ
"Đ" và sai với "S".

法杜： 我 覺得 今天的 考試 有 一 點 難，
fǎdù　 wǒ jué de jīntiān de kǎoshì yǒu yì diǎn nán
　　 你 呢？
　　 nǐ ne
志學： 我 覺得 不 難！因為 我 的 語言 交換
zhìxué　wǒ jué de bù nán! yīnwèiwǒde yǔyán jiāohuàn
　　 昨天 幫 我 練習 了 造句，
　　 zuótiān bāng wǒ liànxí le zàojù

所以考試 的 時候，就 不害怕 了。
suǒyǐ kǎoshì de shíhòu　 jiù bú hài pà le
法杜： 你的 語言 交換？
fǎdù　 nǐ de yǔyán jiāohuàn
志學： 語言 交換 就是 language exchange
zhìxué　yǔyán jiāohuàn jiùshì
　　 partner。
法杜： 他 是 哪一 國人？
fǎdù　 tā shì nǎ yìguó rén
志學： 我 的 語言 交換是 台灣人，念 資訊科
zhìxué　wǒ de yǔyán jiāohuànshì táiwānrén niàn zīxùn kē
　　 學 的，我們 除了 練習 中 文 之外，
　　 xué de　 wǒmen chú le liànxí zhōngwénzhīwài
　　 還 常 常 討論 電玩 遊戲 呢！
　　 hái chángcháng tǎolùn diànwán yóuxì ne
法杜： 哇！真 有趣。
fǎdù　 wā　zhēn yǒuqù
志學： 那你 想 不 想 要 語言 交換？
zhìxué　nà nǐ xiǎngbùxiǎng yào yǔyán jiāohuàn
法杜： 想 啊，但是 我 要 交換 什麼
fǎdù　 xiǎng a　 dànshì wǒ yào jiāohuàn shéme
　　 語言 呢？
　　 yǔyán ne
志學： 中 英 交換，怎麼 樣？
zhìxué　zhōngyīng jiāohuàn　 zěmeyang
法杜： 我 會 說 英文，但是 不會 教 英 文
fǎdù　 wǒ huì shuō yīngwén　dànshì bú huì jiāo yīngwén
　　 耶！
　　 ye
志學： 妳 真 客氣，妳的 英文 一定沒 問 題。
zhìxué　nǐ zhēn kèqì　 nǐ de yīngwényídìngméiwèntí
　　 既然 你 有 興趣，我 明天 就 幫 你
　　 jì rán nǐ yǒu xìngqù　 wǒ míngtiān jiù bāng nǐ
　　 找 一位 很 帥 的 語言 交換。
　　 zhǎoyí wèi hěn shuài de yǔyán jiāohuàn
法杜： 志學，等一下！我的 語言 交換 必須
fǎdù　 zhìxué　 děng yí xià　 wǒ de yǔyán jiāohuànbì xū
　　 是 女 生 啦！
　　 shì nǚ shēngla

第六課　她是我的室友

Nghe đoạn đối thoại và đánh dấu các câu đúng với chữ
"Đ" và sai với "S".

愷俐： 法杜，妳 今天 晚上 想 吃 什麼？
kǎilì　 fǎdù　 nǐ jīntiān wǎnshàngxiǎng chī shéme
　　 我 請 妳 吃飯。
　　 wǒ qǐng nǐ chīfàn
法杜： 啊？為 什麼 妳 要 請 我 吃飯？
fǎdù　 a　 wèishéme nǐ yào qǐng wǒ chīfàn
愷俐： 因為 從 今天起，你 就 是 我的室友
kǎilì　 yīnwèi cóng jīntiān qǐ　 nǐ jiù shì wǒdeshìyǒu
　　 了。
　　 le
法杜： 呵呵，好 哇！那 我們 要 吃什麼？
fǎdù　 hēhē　 hǎo wā　 nà wǒmen yào chīshéme
愷俐： 妳 想 吃 中 國 菜還是 法國菜？
kǎilì　 nǐ xiǎng chī zhōngguó càihái shì fǎ guó cài

法杜：我都 喜歡耶，不知道哪一個比較好。
fǎdù　wǒdōuxǐhuānyé　bùzhīdào nǎ yí ge bǐ jiǎohǎo
　　　但我 覺得 中國菜比法國菜便宜。
　　　dàn wǒ jué de zhōngguócài bǐ fàguó cài piányí

愷俐：哇！妳人真好，我也覺得法國菜太
kǎilì　wā　nǐ rénzhēnhǎo wǒyě juéde fàguó cài tài
　　　貴了，那我們就吃 中國菜 好了。
　　　guì le　nà wǒmen jiù chī zhōnguócài hǎole

法杜：謝謝你 請我 吃飯。
fǎdù　xièxie nǐ qǐng wǒ chīfàn

愷俐：不客氣，那我們 走吧！
kǎilì　bú kèqi　nà wǒmen zǒu ba

第七課　明天是星期幾？

Nghe đối thoại và chọn câu trả lời đúng nhất.

法杜：立山，愷俐的 生日你要送 什麼呢？
fǎdù　lìshān　kǎilì de shēngrì nǐ yàosongshémene

立山：愷俐的 生日不是 後天嗎？
lìshān　kǎilì de shēngrì bú shì hòutiān ma
　　　我 明天再買禮物。
　　　wǒ míngtiān zài mǎi lǐwù

法杜：不是 後天，是 明天。
fǎdù　bú shì hòutiān　shì míngtiān

立山：我記得她的 生日是四月 十六日，不
lìshān　wǒ jì de tā de shēngrì shì sì yuè shí liù rì　bú
　　　是嗎？
　　　shì ma

法杜：是的，明 天 就是四月十六日 星期
fǎdù　shìde　míngtiān jiùshì sì yuèshíliù rì xīngqí
　　　一。
　　　yī

立山：真的嗎！我 忙 過頭了。怎麼辦？
lìshān　zhēndema　wǒ mángguò tóu le　zěmebàn
　　　我還沒買，要送 什麼呢？
　　　wǒ hái méi mǎi　yào song shéme ne

法杜：我 想要 送 香 水給她，你呢？
fǎdù　wǒ xiǎng yào song xiāngshuǐ gěi tā　nǐ ne
　　　衣服、項鍊 或蛋糕 都可以呀！
　　　yīfú　xiàngliàn huò dàngāo dōu kěyǐ ya

立山：嗯……
lìshān　en…

法杜：我 等一下要去百貨公司 逛 逛，
fǎdù　wǒ děng yí xià yào qù bǎihuògōngsī guàngguàng
　　　你要不要跟我一起去看看呢？
　　　nǐ yàobúyào gēn wǒ yì qǐ qù kànkàn ne

立山：好吧！可是我 晚一點 還要去工
lìshān　hǎoba　kěshì wǒ wǎn yì diǎn hái yào qù gōng
　　　作。
　　　zuò

法杜：好的好的，大 忙 人！
fǎdù　hǎodehǎode　dà máng rén

第八課　這本書多少錢？

Nghe đối thoại và chọn câu trả lời đúng nhất.

愷俐：謝謝你們大家上星期一 來參加我的
kǎilì　xièxie nǐmen dàjiā shàngxīngqíyī lái cānjiā wǒde

　　　生日 派對！
　　　shēngrì pàiduì

立山：不客氣！大家都是 同學嘛！
lìshān　bú kè qì　dàjiā dōu shì tongxué ma

法杜：是啊！而且妳人 又 很好。
fǎdù　shì a　érqiě nǐ rén yòu hěnhǎo

愷俐：為了謝謝大家，我們 這星期五去
kǎilì　wèi le xièxie dàjiā　wǒmen zhè xīngqíwǔ qù
　　　KTV唱 歌 好不好？
　　　chànggē　hǎobùhǎo

法杜：好啊！聽 說 台灣 的KTV 很不錯，
fǎdù　hǎo a　tīngshuō táiwān de　hěnbúcuò
　　　我們可以在裡面 唱歌、跳舞 和
　　　wǒmen kěyǐ zài lǐ miàn chànggē　tiàowǔ hàn
　　　吃 東西。
　　　chī dōngxī

希京：嗯！台灣的KTV比 韓國 還 棒，
xījīng　en　táiwān de　bǐ hánguó hái bàng
　　　各國的歌曲都 有。
　　　gè guóde gēqǔ dōu yǒu

立山：我也 想 去，可是這 星期五我有
lìshān　wǒ yě xiǎngqù　kěshì zhè xīngqí wǔ wǒ yǒu
　　　事，真可惜！
　　　shì　zhēn kěxí

希京：沒 關係！下次你再和我們一起去
xījīng　méi guān xi　xià cì nǐ zài hànwǒmen yì qǐ qù
　　　唱歌。
　　　chànggē

愷俐：好吧！其他人都可以的話，我就去
kǎilì　hǎo ba　qí tā rén dōu kě yǐ de huà　wǒ jiù qù
　　　訂 位了。
　　　dingwèi le

法杜：愷俐，一個人大約多 少 錢？
fǎdù　kǎilì　yí ge rén dàiyuē duōshǎoqián

愷俐：不用 錢，我請客！
kǎilì　bú yòng qián　wǒ qǐng kè

希京、法杜：哇！謝謝愷俐！
xījīng fǎdù　wā　xièxie kǎilì

第九課　銀行在哪裡？

Nghe đối thoại và chọn câu trả lời đúng nhất.

安惠：皮皮來吃飯！……皮皮，皮皮！咦！
ānhuì　pípí lái chīfàn　pípí　pípí　yí
　　　皮皮呢？
　　　pípí ne

偉立：我不 知道，我 剛 回家。
wěilì　wǒ bù zhī dào　wǒ gāng huíjiā

安惠：皮皮吃飯囉！…… 快 來吃飯！
ānhuì　pípí chīfàn luō　kuài lái chīfàn
　　　咦！老公，你 剛 回來沒關門嗎？
　　　yí　lǎogōng nǐ gāng huí lái méiguānménma

偉立：啊！我忘了！今天 工作好累…
wěilì　a　wǒwàng le　jīntiān gōngzuò hǎo lèi…

安惠：那皮皮會不會不見了？
ānhuì　nà pípí huì bú huì bú jiàn le

偉立：我不 知道。
wěilì　wǒ bù zhīdào

安惠：好吧！現在 找 皮皮比較 重要。…
ānhuì　hǎoba　xiànzài zhǎo pípí bǐ jiào zhòngyào

　　　皮皮！皮皮！
　　　pípí　 pípí

偉立：皮皮會不會跑出去外面了？
wěilì　pípí huìbúhuì pǎo chūqù wàimiàn le

安惠：是嗎？那偉立，你 快 出 去找找 看。
ānhuì　shì ma　nà wěilì　nǐ kuàichūqùzhǎozhǎokàn

偉立：我去 花園 找找，
wěilì　wǒ qù huāyuán zhǎozhǎo

　　　它最喜歡去那裡了。
　　　tā zuì xǐhuān qù nà lǐ le

安惠：那我去 房間 裡找 找。
ānhuì　nà wǒ qù fángjiān lǐ zhǎozhǎo

偉立：皮皮！皮皮回家啦！
wěilì　pípí　pípí huíjiā lā

安惠：偉立，皮皮在這裡。皮皮在 床
ānhuì　wěilì　pípí zài zhèlǐ　pípí zài chuáng

　　　底下啦！皮皮，出來 吃飯。
　　　dǐ xià lā　pípí　chūlái chīfàn

第十課　我可不可以試試看

Nghe đối thoại và chọn câu trả lời đúng nhất.

愷俐：法杜，我 想 改變一下客廳裡
kǎilì　fǎdù　wǒ xiǎng gǎibiàn yí xià kètīng lǐ

　　　小桌子的 位子，好不好？
　　　xiǎozhuōzi de wèizi　hǎobùhǎo

法杜：好啊！那 電視呢？
fǎdù　hǎo a　nà diànshì ne

愷俐：也一起 改變 吧！
kǎilì　yě yíqǐ gǎibiàn ba

法杜：愷俐，妳 想 怎麼 改變 呢？
fǎdù　kǎilì　nǐ xiǎng zě me gǎibiàn ne

愷俐：我 想 把小桌子搬到沙發旁邊。
kǎilì　wǒ xiǎng bǎ xiǎozhuōzi bāndào shāfā pángbiān

法杜：把電視 往 左 邊移一點好嗎？
fǎdù　bǎ diànshì wǎng zuǒbiān yí yì diǎn hǎo ma

愷俐：好啊！現在我們 就 動手吧！
kǎilì　hǎo a　xiànzài wǒmen jiù dòngshǒu ba

法杜：沒 問題！
fǎdù　méi wèntí

愷俐：現在客廳看起來好 大喔！
kǎilì　xiànzài kètīng kànqǐ lái hǎo dà o

法杜：是啊！
fǎdù　shì a

愷俐：還可以把電話 放 在 小桌子上。
kǎilì　hái kěyǐ bǎ diànhuà fang zài xiǎozhuōzi shàng.

法杜：對了，我把上次買的桌巾拿出來。
fǎdù　duì le　wǒ bǎshàngcì mǎi dezhuōjīnná chūlái

愷俐：這樣我們的客廳看起來就 更
kǎilì　zhèyàngwǒmen de kètīng kàn qǐ lái jiù gèng

　　　漂 亮了。
　　　piào liàng le

第十一課　我的頭好痛

Nghe đối thoại và chọn câu trả lời đúng nhất.

楊老師：愷俐，你知道 志學 是在哪一所
yang lǎoshī　kǎilì　nǐ zhīdào zhìxué shì zài nǎ yì suǒ

　　　　醫院 嗎？
　　　　yīyuàn ma

愷俐：知道，在台大醫院。
kǎilì　zhīdào　zài táidà yīyuàn

楊老師：哪一間 病房呢？
yang lǎoshī　nǎ yì jiān bìngfáng ne

愷俐：1288 病 房，在 12 樓。
kǎilì　yīèrbābā bìngfáng　zài shíèr lóu

楊老師：你們都去看過他了嗎？
yang lǎoshī　nǐmen dōu qù kàn guò tā le ma

希京：還沒有！下課以後，我們要一起去。
xījīng　hái méiyǒu　xià kè yǐhòu wǒmenyàoyì qǐ qù

楊老師：那我和你們 一起 去看他。
yanglǎoshī　nà wǒ hàn nǐmen yì qǐ qù kàn tā

愷俐：老師，我們要帶什麼去比 較好呢？
kǎilì　lǎoshī　wǒmenyàodàishéme qù bǐ jiǎohǎone

楊老師：嗯！我看就帶 水果去吧！
yang lǎoshī　en　wǒ kàn jiù dài shuǐguǒ qù ba

希京：水果 好吃又 健康。
xījīng　shuǐguǒ hǎochī yòu jiànkāng

愷俐：那 等 一下 中 午休息我就去買 水
kǎilì　nà děng yí xià zhōngwǔ xiūxí wǒ jiù qù mǎi shuǐ

　　　果。
　　　guǒ

楊老師：愷俐，這一千元 給妳去買 水果
yang lǎoshī　kǎilì　zhè yìqiānyuán gěi nǐ qù mǎishuǐguǒ

愷俐：謝謝 老師。
kǎilì　xièxie lǎoshī

第十二課　我希望明年能去日本留學

Nghe đối thoại và chọn câu trả lời đúng nhất cho từng câu hỏi.

法杜：愷俐，你來台灣 多久呢？
fǎdù　kǎilì　nǐ lái táiwān duójiǔ ne

愷俐：快一年了。
kǎilì　kuài yì nián le

法杜：哇！快一年了。你為什麼 想 來
fǎdù　wā　kuài yì nián le　nǐ wèishéme xiǎng lái

　　　台灣 念 書呢？
　　　táiwān niàn shū ne

愷俐：因為 聽 說 台灣人很 親切，
kǎilì　yīnwèi tīng shuō táiwān rén hěn qīnqiè

　　　而且我也希望可以把 中 文 學 好。
　　　érqiě wǒ yě xīwàng kěyǐ bǎ zhōngwén xué hǎo

法杜：我也是。
fǎdù　wǒ yě shì

愷俐：其實，在這一年裡，我還去了很多
kǎilì　qíshí　zài zhè yì niánlǐ　wǒ hái qù le hěn duō

　　　好 玩的地方。
　　　hǎo wán de dìfāng

法杜：那你去哪裡玩了？
fǎdù　nà nǐ qù nǎlǐ wán le

愷俐：我去了 101　大樓、淡水、九份、
kǎilì　　wǒ qù le yīlíngyī dàlóu　dànshuǐ　jiǔfèn

花蓮 和 高 雄，從 南到北，
huālián hàn gāoxióng　cóng nándàoběi

從 西到 東，我 都去過 了。
cóng xī dào dōng　wǒ dōu qù guò le.

法杜：那你喜歡 台 灣的 小 吃嗎？
fǎdù　　nànǐ　xǐhuān táiwān de xiǎochī ma

愷俐：當然 喜歡！台灣的 小 吃 好 好 吃
kǎilì　dāngrán xǐhuān　táiwān de xiǎochī hǎo hǎo chī

哦！
ó

法杜：是啊！小 籠 包、珍 珠 奶茶、滷味、
fǎdù　shì a　xiǎolóngbāo zhēnzhū nǎichá　lǔwèi

雞排，我 都 喜歡 吃。
jīpái　　wǒ dōu xǐhuān chī

愷俐：對啊！台灣 真 是一個 遊學的 好地
kǎilì　duì a　táiwān zhēn shì　yí ge yóuxué de hǎo dì

方。
fāng

聽力練習解答

Đáp án Luyện nghe

第一課　早安！您好！

I. Nghe và khoanh tròn thanh điệu đúng.
1. jiě
2. yé
3. dà
4. shēng
5. mǒ
6. kē

II. Chọn mô tả chính xác nhất cho mỗi bài hội thoại.
1. C
2. A
3. B

第二課　您貴姓？

I. Nghe và khoanh tròn thanh điệu đúng.
A. xí
B. zhāi
C. miào
D. qǐng
E. yī

II. Nghe đoạn đối thoại và đánh dấu các câu đúng với chữ "Đ" và sai với "S".
1. Đ
2. S
3. S
4. Đ
5. S

第三課　我喜歡爬山

I. Nghe và khoanh tròn đáp án đúng.
A. yè
B. cán
C. chū
D. hǒng
E. fáng

II. Nghe đoạn đối thoại và đánh dấu các câu đúng với chữ "Đ" và sai với "S".
1. Đ
2. S
3. Đ
4. S

5. S

第四課　我會說華語

I. Nghe và khoanh tròn đáp án đúng.
A. yǎo
B. huǐ
C. yuán
D. yīng
E. kè

II. Nghe đoạn hội thoại và chọn đáp án đúng.
1. B
2. B
3. A
4. A
5. A

第五課　你是哪一國人？

Nghe đoạn đối thoại và đánh dấu các câu đúng với chữ "Đ" và sai với "S".
1. Đ
2. S
3. Đ
4. S
5. S

第六課　她是我的室友

Nghe đoạn đối thoại và đánh dấu các câu đúng với chữ "Đ" và sai với "S".
1. Đ
2. Đ
3. S
4. S
5. Đ

第七課　明天是星期幾？

Nghe đối thoại và chọn câu trả lời đúng nhất.
1. b
2. c
3. a
4. d
5. c

第八課　這本書多少錢？

Nghe đối thoại và chọn câu trả lời đúng nhất.
1. c
2. b
3. d
4. b

5. a

第九課　銀行在哪裡？

Nghe đối thoại và chọn câu trả lời đúng nhất.
1. c
2. a
3. b
4. c
5. b

第十課　我可不可以試試看？

Nghe đối thoại và chọn câu trả lời đúng nhất.
1. a
2. b
3. a
4. d
5. b

第十一課　我的頭好痛

Nghe đối thoại và chọn câu trả lời đúng nhất.
1. b
2. d
3. a
4. c
5. b

第十二課　我希望明年能去日本留學

Nghe đối thoại và chọn câu trả lời đúng nhất
cho từng câu hỏi.
1. a
2. d
3. d
4. d
5. c

Note

Note

國家圖書館出版品預行編目資料

實用生活華語不打烊：初級篇（越南語版）／楊
琇惠編著；陳瑞祥雲譯. －－初版.－－臺北
市：五南，2017.11
　　面；　公分
　ISBN 978-957-11-9379-3（平裝）
　1.漢語　2.讀本
802.86　　　　　　　　　106015108

1XDT　新住民系列

實用生活華語不打烊：
初級篇（越南語版）

編 著 者 ─ 楊琇惠(317.4)

譯　　　者 ─ 陳瑞祥雲

文字編輯 ─ 鄒蕙安　Brian Greene（葛偉立）　郭馨維

美術設計 ─ 黃甄嬪

發 行 人 ─ 楊榮川

總 經 理 ─ 楊士清

副總編輯 ─ 黃惠娟

責任編輯 ─ 蔡佳伶　簡妙如

插　　畫 ─ 鄭雯允

封面設計 ─ 姚孝慈、謝瑩君

錄音人員 ─ 林姮伶　范雅婷　盧俊良

出 版 者 ─ 五南圖書出版股份有限公司

地　　　址：106台北市大安區和平東路二段339號4樓

電　　　話：(02)2705-5066　　傳　　真：(02)2706-6100

網　　　址：http://www.wunan.com.tw

電子郵件：wunan@wunan.com.tw

劃撥帳號：01068953

戶　　名：五南圖書出版股份有限公司

法律顧問　林勝安律師事務所　林勝安律師

出版日期　2017年11月初版一刷

定　　價　新臺幣420元